SÁCH NẤU ĂN CHAY KHÔNG KHÍ TỐT NHẤT

100 bữa ăn nhanh chóng và dễ dàng, lành mạnh cho nồi chiên không khí của bạn

NGUYỆT VŨ

Tài liệu bản quyền ©2023

Đã đăng ký Bản quyền

Không phần nào của cuốn sách này được phép sử dụng hoặc truyền tải dưới bất kỳ hình thức nào hoặc bằng bất kỳ phương tiện nào mà không có sự đồng ý thích đáng bằng văn bản của nhà xuất bản và chủ sở hữu bản quyền, ngoại trừ những trích dẫn ngắn gọn được sử dụng trong bài đánh giá. Cuốn sách này không nên được coi là sự thay thế cho lời khuyên về y tế, pháp lý hoặc chuyên môn khác.

MỤC LỤC

MỤC LỤC 3
GIỚI THIỆU 6
BỮA SÁNG VÀ BỮA TRƯA 7
   1. Granola tự làm dễ dàng 8
   2. Băm khoai lang 10
   3. Lỗ bánh rán 12
   4. Khoai tây ăn sáng cơ bản 14
   5. Cuộc tranh giành Tempeh và rau củ 16
   6. Bánh ăn sáng (Pan) 18
   7. Trứng tráng rau chân vịt 20
   8. Thịt xông khói Tempeh 22
   9. Sandwich thịt xông khói và trứng 24
   10. Rau kiểu Miso 26
MÓN KHAI THÁC VÀ MÓN ĂN VẶT 28
   11. Khoai tây chiên chiên không khí 29
   12. Khoai tây chiên cải xoăn không khí 31
   13. Que cá chiên không khí 33
   14. Táo chip 35
   15. Đậu nành rang bằng nồi chiên không khí 37
   16. A i r-Táo tẩm gia vị chiên 39
   17. Thanh trượt và thịt xông khói Bloody Marys ...41
   18. Trứng cuộn rau củ 43
   19. Khoai tây chiên nướng 45
   20. Khoai tây chiên đậu nành 47
   21. Khoai tây chiên tẩm gia vị 49
   22. Thuốc phiện ớt jalapeno 51
   23. Mac'n' Phô Mai Viên Cay 53
   24. Hoành Thánh Rau Chiên 56
   25. Nước chấm đậu nành cay 58
   26. Bơ chiên 60
   27. Đậu mít Taquitos 62
   28. Bánh quy chiên không khí 64
   29. Đậu Hủ Chiên Sốt Đậu Phộng 67
   30. Nấm tẩm bột 69
   31. Cánh chay 71
   32. Đậu gà nướng nướng 73
   33. Cà chua thơm balsamic 75
   34. Khoai tây chiên củ cải 77
   35. Súp lơ trâu 79
   36. Phô mai thì là Polenta cắn 81

37. RANG BRUSSELS SPROUTS 84
38. QUẢ SỒI NƯỚNG 86
39. HẠT BÍ TAMARI 88
40. HÀNH TÂY CHIÊN 90
41. BÍ ĐAO PHONG 92
42. KHOAI TÂY CHIÊN CẢI XOĂN 94
43. CÀ CHUA XANH RÁN 96
44. CÀ TÍM PARMESAN 98
45. RAU RÁN HỖN HỢP 100
46. KHOAI TÂY CHIÊN PHÔ MAI 102
47. KHOAI TÂY HASSELBACK 104
48. POUTINE 106
49. KHOAI TÂY CHIÊN 108
50. KHOAI TÂY CHIÊN VỊ UMAMI 110

MÓN CHÍNH 112

51. CỦ CẢI ĐƯỜNG VỚI CAM GREMOLATA 113
52. CÁ HỒI VỚI RAU CHÂN VỊT BALSAMIC 115
53. PATTY PAN CHIÊN TỎI THẢO MỘC 117
54. BÍT TẾT NẤM 119
55. NƯỚC SỐT NẤM ĐẬU TRẮNG 121
56. CẢI XOĂN VÀ KHOAI TÂY CỐM 123
57. ĐẬU HỦ CHIÊN CƠ BẢN 125
58. ĐẬU HŨ MÔNG CỔ 127
59. ĐẬU HỦ VỪNG 129
60. SAMBAL GORENG TEMPEH 131
61. TEMPEH KABOB 133
62. ĐẬU KHỔNG LỒ NƯỚNG 135
63. PIZZA CÁ NHÂN 137
64. XÚC XÍCH CHIÊN 139
65. CHÓ NGÔ 141
66. KHOAI TÂY NƯỚNG NHỒI 144
67. ĐẬU XANH CHIÊN VÀ THỊT XÔNG KHÓI 146
68. MỲ Ý NƯỚNG 148
69. VIÊN THỊT 150
70. SEITAN NƯỚNG KIỂU GÀ CON 152
71. HỖN HỢP MÌ CĂN KHÔ 154
72. BÍT TẾT GÀ RÁN 156
73. BÁNH GÀ NỒI 159
74. TACOS CHIÊN 162
75. PHÔ MAI NƯỚNG DÀNH CHO NGƯỜI SÀNH ĂN 164
76. ĐẬU XANH NƯỚNG VÀ BÔNG CẢI XANH 166
77. MÓN FAJITAS SEITAN 168
78. SALAD TACO 170
79. CƠM CHIÊN TEMPEH 172

- 80. CHẢ GIÒ KIM CHI ĐẬU NÀNH 174
- 81. LASAGNA SOONG 176
- 82. KHOAI TÂY, MẦM VÀ ĐẬU NÀNH 178
- 83. CALZONE 180
- 84. SUSHI CUỘN CHIÊN 182

MÓN ĂN PHỤ 184
- 85. SÚP LƠ SẤY AIR F 185
- 86. KHOAI TÂY CHIÊN JICAMA 187
- 87. KABOB RAU CỦ 189
- 88. MÌ SPAGHETTI BÍ 191
- 89. SALAD QUINOA DƯA CHUỘT 193
- 90. KHOAI TÂY CHANH 195
- 91. CÀ TÍM KIỂU CHÂU Á 197
- 92. ĐẬU XANH KIỂU TRUNG QUỐC CAY 199
- 93. HỖN HỢP CÀ TÍM VÀ BÍ XANH 201
- 94. BOK CHOY LUỘC 203

MÓN TRÁNG MIỆNG 205
- 95. TRÁI CÂY VỤN 206
- 96. TÚI BÁNH NGỌT TRÁI CÂY 208
- 97. TÁO NƯỚNG 210
- 98. TOPPING TRÁI CÂY VÀ HẠT CARAMEN 212
- 99. GỪNG CHIÊN 214
- 100. BÁNH TÁO TAQUITOS 216

PHẦN KẾT LUẬN 218

GIỚI THIỆU

Chào mừng bạn đến với "Sách dạy nấu ăn bằng nồi chiên không dầu dành cho người ăn chay tối thượng" nguồn tài liệu tham khảo của bạn về 100 bữa ăn nhanh chóng và dễ dàng, tốt cho sức khỏe sẽ nâng cao trải nghiệm chiên bằng không khí của bạn. Cuốn sách nấu ăn này tôn vinh hương vị thơm ngon từ thực vật, mời bạn khám phá tính linh hoạt và tiện lợi của nồi chiên không khí trong việc chế biến các bữa ăn thuần chay lành mạnh. Cho dù bạn là một đầu bếp thuần chay dày dặn kinh nghiệm hay mới làm quen với lối sống thuần thực vật, những công thức nấu ăn này được tạo ra để truyền cảm hứng cho bạn tạo ra những món ăn đầy hương vị và bổ dưỡng bằng sức mạnh của nồi chiên không khí. Hãy tưởng tượng một căn bếp tràn ngập âm thanh xèo xèo của nồi chiên không khí, mùi thơm hấp dẫn của rau củ giòn hoàn hảo và niềm vui khi biết bạn đang tạo ra những bữa ăn không chỉ ngon mà còn bổ dưỡng. "Cuốn sách nấu ăn thuần chay tối thượng" không chỉ là một bộ sưu tập các công thức nấu ăn; đó là hướng dẫn giúp việc nấu ăn dựa trên thực vật trở nên dễ tiếp cận, hiệu quả và cực kỳ ngon miệng. Cho dù bạn đang thèm đồ ăn nhẹ giòn, món chính thịnh soạn hay món tráng miệng ngon lành, cuốn sách nấu ăn này là tấm hộ chiếu giúp bạn đạt đến ẩm thực thuần chay xuất sắc với sự kỳ diệu của nồi chiên không khí.

Từ các loại rau chiên bằng không khí cổ điển đến bánh mì kẹp thịt làm từ thực vật sáng tạo và các món tráng miệng không gây cảm giác tội lỗi, mỗi công thức là sự tôn vinh những khả năng có lợi cho sức khỏe và đầy đủ hương vị mà nồi chiên không khí mang lại cho nhà bếp của bạn. Cho dù bạn đang nấu ăn cho bản thân, gia đình hay chiêu đãi khách, những công thức nấu ăn nhanh chóng và dễ dàng này sẽ giới thiệu thế giới thơm ngon của các món ăn thuần chay chiên bằng máy.

Hãy tham gia cùng chúng tôi khi chúng tôi bắt đầu cuộc phiêu lưu ẩm thực thông qua "Sách dạy nấu ăn bằng không khí thuần chay tối ưu", nơi mỗi sáng tạo là một minh chứng cho sự đơn giản, lành mạnh và hảo hạng của các món chiên không khí làm từ thực vật. Vì vậy, hãy kích hoạt nồi chiên không dầu của bạn, tận dụng sự dễ dàng của việc nấu ăn thuần chay và cùng khám phá 100 bữa ăn nhanh chóng, dễ dàng, tốt cho sức khỏe sẽ thỏa mãn vị giác và nuôi dưỡng cơ thể của bạn.

BỮA SÁNG VÀ BỮA TRƯA

1. Granola tự làm dễ dàng

THÀNH PHẦN:
- 2 cốc (220g) hạt hồ đào, cắt nhỏ
- 1 cốc (85g) dừa giả
- 1 cốc (122g) hạnh nhân cắt nhỏ
- 1 thìa cà phê (2,6g) quế
- 1 muỗng canh (18g) xịt dầu dừa

HƯỚNG DẪN:
a) Trong một tô lớn, trộn hồ đào, dừa nạo, hạnh nhân cắt nhỏ và quế xay.
b) Xịt nhẹ bằng xịt dầu dừa, đảo đều và phun nhẹ lại.
c) Lót giấy nướng vào giỏ nồi chiên không khí.
d) Đổ hỗn hợp vào giỏ.
e) Nấu ở 160°C trong 4 phút, đảo đều và nấu thêm 3 phút nữa.

2.Băm khoai lang

THÀNH PHẦN:
- 450 gram khoai lang
- 1/2 củ hành trắng, thái hạt lựu
- 3 muỗng canh dầu ô liu
- 1 muỗng cà phê ớt bột xông khói
- 1/4 thìa cà phê thì là
- 1/3 muỗng cà phê bột nghệ
- 1/4 thìa cà phê muối tỏi
- 1 cốc guacamole

HƯỚNG DẪN:
a) Làm nóng thiết bị trước bằng cách chọn chế độ AIR FRY trong 3 phút ở nhiệt độ 325 độ F.
b) Chọn BẮT ĐẦU/TẠM DỪNG để bắt đầu quá trình làm nóng trước.
c) Sau khi hoàn tất quá trình làm nóng trước, hãy nhấn BẮT ĐẦU/TẠM DỪNG.
d) Gọt vỏ và cắt khoai tây thành khối.
e) Bây giờ, chuyển khoai tây vào tô và thêm dầu, hành trắng, thì là, ớt bột, nghệ và muối tỏi.
f) Cho hỗn hợp này vào giỏ của Air Fryer.
g) Đặt nó ở chế độ AIR FRY trong 10 phút ở 390 độ F.
h) Sau đó lấy giỏ ra và lắc đều.
i) Sau đó lại đặt thời gian thành 15 phút ở 390 độ F.

3.lỗ bánh rán

THÀNH PHẦN:
- 2 muỗng canh bơ không sữa lạnh
- 1/2 chén cộng với 2 muỗng canh đường dừa, chia
- 1 muỗng canh bột thay thế trứng nhãn hiệu Ener-G hoặc loại thay thế lòng đỏ trứng thuần chay yêu thích của bạn
- 2 muỗng canh nước
- 2 1/4 chén bột mì đa dụng chưa tẩy trắng
- 1 1/2 muỗng cà phê bột nở
- 1 thìa cà phê muối
- 1/2 cốc sữa chua không đường hoặc sữa chua vani
- 1 đến 2 giọt dầu hạt cải
- 1 muỗng cà phê quế xay

HƯỚNG DẪN:
a) Trong một tô lớn, cho bơ và 1/2 cốc đường vào rồi trộn đều, dùng tay trộn đều cho đến khi thành khối.
b) Trong một cái bát hoặc cốc nhỏ, đánh trứng thay thế với nước. Thêm nó vào bơ và đường và trộn đều. Để qua một bên.
c) Trong một tô vừa, trộn bột mì, bột nở và muối.
d) Thêm hỗn hợp bột vào hỗn hợp bơ và trộn đều. Gấp trong sữa chua. Trộn cho đến khi tạo thành một khối bột.
e) Cán các miếng bột thành 18 quả bóng (1 inch) và sắp xếp chúng trên một tấm nướng lớn hoặc một mảnh giấy da.
f) Bôi dầu vào nồi chiên không dầu. Làm nóng nồi chiên không dầu ở nhiệt độ 360°F trong 3 phút. Chuyển các lỗ bánh rán vào giỏ nồi chiên không khí. Nấu trong 8 phút, lắc nửa thời gian nấu.
g) Trộn 2 thìa đường và quế còn lại ra đĩa. Lăn nhẹ các lỗ bánh rán nóng hổi vào đường quế trước khi chuyển chúng lên giá nướng để nguội.

4. Khoai tây ăn sáng cơ bản

THÀNH PHẦN:
- 2 củ khoai tây lớn màu đỏ hoặc nâu đỏ, chà sạch
- 1 củ hành tây nhỏ màu vàng, cắt thành từng lát hình bán nguyệt (cắt đôi củ hành theo chiều dọc rồi cắt dọc theo đường hành)
- 1 muỗng cà phê dầu ô liu nguyên chất hoặc dầu hạt cải
- 1/2 muỗng cà phê muối biển (tùy chọn)
- 1/4 thìa cà phê tiêu đen

HƯỚNG DẪN:

a) Làm nóng nồi chiên không dầu ở nhiệt độ 360°F trong 3 phút. Cắt nhỏ khoai tây trong máy xay thực phẩm hoặc bằng dụng cụ bào phô mai có lỗ lớn.

b) Chuyển khoai tây cắt nhỏ và hành tây vào tô vừa. Thêm dầu, muối (nếu dùng) và hạt tiêu. Quăng bằng kẹp để phủ.

c) Chuyển sang giỏ nồi chiên không khí. Nấu trong 12 đến 15 phút hoặc cho đến khi có màu vàng nâu, lắc 3 phút một lần. Ăn nóng.

5.Cuộc tranh giành Tempeh và rau củ

THÀNH PHẦN:

- 8 ounce tempeh
- 2 tép tỏi, băm nhỏ
- 1 thìa cà phê bột nghệ
- 1 thìa cà phê thì là xay
- 1/2 thìa cà phê ớt bột
- 1/2 thìa cà phê muối đen
- 1/4 đến 1/2 chén nước luộc rau ít natri
- 1 đến 2 giọt dầu ô liu nguyên chất
- 1 chén nấm cremini thái nhỏ (hoặc loại nấm yêu thích của bạn)
- 1 củ hành đỏ nhỏ, cắt làm tư
- 1/2 chén ớt chuông thái nhỏ (bất kỳ màu nào)
- 1/2 chén cà chua bi hoặc nho thái lát

HƯỚNG DẪN:

a) Hấp tempeh trong 10 phút. (Bước này là tùy chọn, nhưng tôi rất thích hấp tempeh trước để giúp tempeh hấp thụ nước xốt, giảm bớt vị đắng và làm mềm kết cấu của nó một chút.) Cắt tempeh thành 12 khối bằng nhau.
b) Trong một cái bát nông, trộn tỏi, nghệ, thì là, bột ớt, muối đen và nước dùng. Thêm tempeh hấp và ướp trong tối thiểu 30 phút hoặc qua đêm.
c) Xịt dầu vào giỏ nồi chiên không khí (cách khác, lau sạch giỏ bằng dầu). Xả sạch tempeh và cho vào giỏ nồi chiên không khí. Thêm nấm, hành tây và ớt chuông.
d) Nấu ở 330°F trong 10 phút. Thêm cà chua, tăng nhiệt lên 390°F và nấu thêm 3 phút nữa.
e) Máy chủ 4
f) Tùy chọn không dầu: Bỏ dầu ô liu và lắc thường xuyên để tránh bị dính.

6.Bánh ăn sáng (Pan)

THÀNH PHẦN:
- 1/2 chén bột mì đa dụng chưa tẩy trắng
- 2 muỗng canh đường dừa hoặc đường cát
- 1 muỗng canh bột nở
- 1 đến 2 nhúm muối biển
- 1/2 cốc sữa đậu nành hoặc sữa không sữa khác
- 1 muỗng canh nước sốt táo
- 1/4 muỗng cà phê chiết xuất vani
- 1 đến 2 bình xịt dầu ô liu nguyên chất

HƯỚNG DẪN:

a) Trộn bột mì, đường, bột nở và muối vào tô trộn. Từ từ cho sữa, nước sốt táo và chiết xuất vani vào.

b) Làm nóng nồi chiên không dầu ở nhiệt độ 330°F trong 3 phút. Bôi dầu ô liu vào chảo lò xo 8 inch (hoặc đĩa dùng được trong lò nướng mà bạn chọn) bằng bình xịt dầu ô liu.

c) Đổ bột nhồi vào cái chảo đã được chuẩn bị. Nấu ở 330°F trong 10 phút. Kiểm tra độ chín bằng cách thọc một cây tăm vào giữa - tăm sẽ khô. Nấu thêm 2 đến 4 phút nếu cần.

d) Phục vụ: 2

e) Tùy chọn không dầu: Bỏ dầu ô liu và phủ giấy nến lên khay nướng (không được để lộ giấy).

f) Nhân đôi hoặc gấp ba công thức này và bảo quản bột trong hộp kín (lọ thủy tinh là tốt nhất) trong tủ lạnh. Bạn đã sẵn sàng để thực hiện lại vào ngày hôm sau!

7. trứng tráng rau chân vịt

THÀNH PHẦN:
- 1 cốc nước đá lạnh
- 4 muỗng canh Theo trái tim của bạn VeganTrứng
- 2 thìa bột đậu xanh
- 1/4 thìa cà phê muối đen
- 1 thìa cà phê Vegan Magic hoặc DIY "Vegan Magic"
- 1/2 chén ớt chuông đỏ thái nhỏ
- 1/2 chén hành vàng thái nhỏ
- Hạt tiêu vừa mới nghiền
- 2 chén rau bina non đóng gói lỏng lẻo

HƯỚNG DẪN:

a) Cho nước, VeganEgg, bột mì và muối vào máy xay và xay cho đến khi mịn. Để qua một bên.

b) Thêm Vegan Magic vào chảo nướng vừa với nồi chiên không dầu của bạn. Đặt khay nướng vào nồi chiên không dầu và làm nóng trước ở nhiệt độ 390°F trong 3 phút.

c) Đổ hỗn hợp trứng tráng vào chảo nướng và nấu trong 2 phút ở nhiệt độ 390°F. Thêm ớt chuông và hành tây vào, trộn đều vào hỗn hợp trứng tráng và nấu thêm 3 phút nữa.

d) Tạm dừng máy để thêm hạt tiêu và rau bina vào món trứng tráng. Gấp đôi món trứng tráng và nấu thêm 5 phút nữa ở nhiệt độ 390°F. Cắt thành 2 phần: .

8.Thịt xông khói Tempeh

THÀNH PHẦN:
- 8 ounce tempeh
- 2 muỗng canh si-rô phong
- 1 muỗng cà phê dầu bơ hoặc dầu ô liu nguyên chất
- 1/2 thìa cà phê sốt Worcestershire thuần chay, tamari hoặc nước tương
- 1/8 muỗng cà phê khói lỏng
- 1/2 thìa cà phê ớt cayenne

HƯỚNG DẪN:
a) Hấp tempeh trong 10 phút. (Bước này là tùy chọn, nhưng để biết lý do tôi khuyên bạn nên làm như vậy, hãy tham khảo tại đây .) Chuyển tempeh sang một cái bát cạn.
b) Trong một bát nhỏ, trộn xi-rô phong, dầu, sốt Worcestershire, khói lỏng và ớt cayenne, đánh đều cho đến khi hòa quyện. Đổ nước xốt lên tempeh và ướp ít nhất 1 giờ (qua đêm thì tốt hơn).
c) Đặt các lát tempeh vào giỏ nồi chiên không dầu. Nấu trong 10 phút ở 330°F. Lắc sau 5 phút. Tăng nhiệt lên 390°F và nấu thêm 3 phút nữa.
d) Phục vụ: 8 miếng
e) Tùy chọn không dầu: Bỏ dầu bơ.

9. Sandwich thịt xông khói và trứng

THÀNH PHẦN:
- 1 (16-ounce) gói đậu phụ cứng
- 1/2 cốc sữa đậu nành
- 1/4 cốc cộng với 2 muỗng canh men dinh dưỡng
- 2 muỗng cà phê cộng với 1 muỗng cà phê bột nghệ
- 1 thìa cà phê bột tỏi
- 1/2 thìa cà phê muối đen
- 3 muỗng canh bột mì đa dụng chưa tẩy trắng
- 1 muỗng canh tinh bột khoai tây
- 2 đến 4 lần xịt dầu hạt cải
- 4 miếng thịt xông khói Tempeh hoặc thịt xông khói thuần chay mua ở cửa hàng
- 4 Bánh quy chiên hoặc bánh quy thuần chay mua ở cửa hàng

HƯỚNG DẪN:
a) Xả và ép đậu phụ.
b) Cắt đậu phụ thành 4 miếng bằng nhau. Sau đó cắt từng miếng làm đôi, tổng cộng là 8 lát.
c) Trong một bát nhỏ, trộn sữa, men dinh dưỡng, bột nghệ, bột tỏi và muối đen cho đến khi hòa quyện. Để qua một bên.
d) Trộn bột mì và tinh bột khoai tây với nhau trên một đĩa lớn để nạo. Nhúng từng miếng đậu phụ vào hỗn hợp sữa. Sau đó nhẹ nhàng phủ từng miếng bằng hỗn hợp bột.
e) Xịt dầu hạt cải vào giỏ nồi chiên không dầu. Đặt những miếng đậu phụ đã tráng sẵn vào giỏ và xịt nhẹ lên trên mặt đậu phụ. Nấu ở 360°F trong 6 phút. Lật các lát đậu phụ và nấu thêm 6 phút nữa. Đặt hai quả trứng đậu phụ và một miếng thịt xông khói thuần chay lên mỗi chiếc bánh quy.
f) Máy chủ 4
g) Biến thể: Dùng trứng tráng rau bina thay thế cho trứng đậu phụ.
h) Tùy chọn không dầu: Bắt đầu bằng giấy da hoặc giấy bạc trong 5 phút nấu đầu tiên. Hãy cẩn thận phủ thật nhẹ các miếng đậu phụ bằng hỗn hợp bột mì và tinh bột, bạn có thể sẽ có những đốm bột màu trắng thay vì bề ngoài có màu nâu vàng đều.

10.Rau kiểu Miso

THÀNH PHẦN:
- 1 muỗng canh miso trắng
- 2 muỗng canh nước tương
- 2 muỗng canh giấm gạo
- 1 muỗng cà phê dầu mè (tùy chọn)
- 2 cốc cà rốt thái nhỏ
- 2 chén bông cải xanh
- 1/2 chén củ cải daikon thái nhỏ

HƯỚNG DẪN:

a) Trong một bát nhỏ, trộn miso, nước tương, giấm và dầu mè (nếu dùng). Trộn đều.

b) Trong một tô trộn lớn, trộn cà rốt, bông cải xanh và củ cải trắng. Đổ hỗn hợp miso lên rau và dùng kẹp trộn đều cho hỗn hợp miso ngấm đều. Làm nóng nồi chiên không dầu ở nhiệt độ 330°F trong 5 phút.

c) Chuyển rau vào giỏ nồi chiên không khí và nấu trong 25 phút, lắc 5 phút một lần.

MÓN KHAI THÁC VÀ MÓN ĂN VẶT

11. Khoai tây chiên chiên không khí

THÀNH PHẦN:
- 1 ½ chén khoai lang
- 2 củ khoai lang vừa
- 1 muỗng canh dầu ô liu nguyên chất
- Có thể sử dụng 2 thìa đường nâu hữu cơ nhạt hoặc đậm
- 2 thìa cà phê ớt bột
- 1 thìa cà phê thì là xay
- ½ muỗng cà phê muối

HƯỚNG DẪN:
a) Cắt mỏng khoai lang.
b) Cho dầu vào bát sao cho mỗi lát khoai lang được phủ nhẹ. Bạn có thể sử dụng tay nếu muốn.
c) Trộn đường nâu, bột ớt, thì là và muối vào một cái bát nhỏ.
d) Nếu nước chảy ra từ khoai lang khi chúng đang chín thì bạn có thể xả hết nước đó đi.
e) Rắc hỗn hợp gia vị lên trên khoai lang và đảo đều để mỗi lát đều có gia vị trên đó. Chúng được phủ nhẹ như trong ảnh trên.
f) Xếp khoai lang thành từng lớp trong nồi chiên không khí chạm hoặc chồng lên nhau một chút. Nếu bạn có cần khuấy trong nồi chiên không dầu thì cần phải tháo ra.
g) Chiên trong không khí ở nhiệt độ 180°C (356°F) trong 6 đến 9 phút tùy thuộc vào độ mỏng của lát cắt
h) Lắc giỏ giữa chừng hoặc khuấy nhẹ để lấy chúng ra khỏi đáy nồi chiên không khí.
i) Khi hoàn tất, lấy chip ra giá làm mát và để nguội. Chúng sẽ giòn hơn khi nguội.
j) Làm xong và ăn hoặc bảo quản trong hộp kín.

12. Khoai tây chiên cải xoăn không khí

THÀNH PHẦN:
- 1 mẻ cải xoăn, rửa sạch và lau khô
- 2 muỗng cà phê dầu ô liu
- 1 muỗng canh men dinh dưỡng
- ¼ thìa cà phê muối biển
- 1/8 muỗng cà phê tiêu đen xay

HƯỚNG DẪN:
a) Loại bỏ lá khỏi thân cải xoăn và đặt chúng vào một cái bát vừa.
b) Thêm dầu ô liu, men dinh dưỡng, muối và hạt tiêu. Dùng tay xoa đều phần trên vào lá cải xoăn.
c) Đổ cải xoăn vào giỏ nồi chiên không dầu của bạn và nấu ở nhiệt độ 390 độ F trong 67 phút hoặc cho đến khi chúng giòn.
d) Thưởng thức khi còn nóng hoặc ở nhiệt độ phòng.

13. Que cá chiên không khí

THÀNH PHẦN:
- 1 lb cá trắng như cá tuyết
- ¼ cốc sốt mayonaise
- 2 muỗng canh mù tạt Dijon
- 2 muỗng canh nước
- 1 ½ chén panko bì heo như Pork King Good
- ¾ thìa cà phê gia vị Cajun
- Muối và hạt tiêu cho vừa ăn

HƯỚNG DẪN:
a) Xịt giá nồi chiên không khí bằng bình xịt nấu ăn không dính.
b) Thấm khô cá và cắt thành từng que rộng khoảng 1 inch x 2 inch.
c) Trong một cái bát nông nhỏ, trộn mayo, mù tạt và nước với nhau. Trong một cái bát nông khác, trộn vỏ thịt lợn và gia vị Cajun.
d) Thêm muối và hạt tiêu cho vừa ăn.
e) Làm từng miếng cá một, nhúng vào hỗn hợp mayo để phủ đều rồi gõ nhẹ phần thừa.
f) Nhúng vào hỗn hợp bì lợn và trộn đều. Đặt trên giá nồi chiên không khí.
g) Đặt ở chế độ Air Fry ở 400F và nướng trong 5 phút, dùng kẹp lật các que cá và nướng thêm 5 phút nữa. Phục vụ ngay lập tức.

14.Táo chip

THÀNH PHẦN:
- 2 quả táo, thái lát mỏng
- 2 thìa cà phê đường cát
- 1/2 thìa cà phê quế

HƯỚNG DẪN:

a) Trong một tô lớn trộn táo với quế và đường. Làm theo mẻ, xếp táo thành từng lớp vào giỏ của nồi chiên không dầu (chồng lên nhau một chút cũng được).

b) Nướng ở 350° trong khoảng 12 phút, lật 4 phút một lần.

15.Đậu nành rang bằng nồi chiên không khí

THÀNH PHẦN:
- 2 cốc Edamame hoặc Edamame đông lạnh
- Phun dầu Olive
- Muối tỏi

HƯỚNG DẪN:
a) Đặt edamame vào giỏ nồi chiên không dầu, có thể tươi hoặc đông lạnh.
b) Phủ một lớp dầu ô liu và một chút muối tỏi.
c) Air Fry ở 390 độ trong 10 phút.
d) Khuấy nửa chừng trong thời gian nấu nếu thích. Để có vị giòn, chiên trong không khí thêm 5 phút.
e) Phục vụ.

16.Air-Táo tẩm gia vị chiên

THÀNH PHẦN:
- 4 quả táo nhỏ, thái lát
- 2 muỗng canh dầu dừa, tan chảy
- 2 thìa đường
- 1 muỗng cà phê gia vị làm bánh táo

HƯỚNG DẪN:

a) Đặt những quả táo vào một cái bát. Rưới dầu dừa và rắc đường và gia vị bánh táo. Khuấy đều để táo phủ đều.

b) Đặt táo vào chảo nhỏ dành cho nồi chiên không dầu rồi đặt táo vào giỏ.

c) Đặt nồi chiên không dầu ở nhiệt độ 350° trong 10 phút. Dùng nĩa đâm vào táo để đảm bảo chúng mềm.

d) Nếu cần, đặt lại vào nồi chiên không khí thêm 3-5 phút.

17. Thanh trượt và thịt xông khói Bloody Marys

THÀNH PHẦN:
- 2 lát (dày 1/2 inch) Gimme Xúc xích nạc hoặc Seitan kiểu gà nướng
- 2 lát thịt xông khói Tempeh hoặc thịt xông khói thuần chay mua ở cửa hàng
- Hỗn hợp Bloody Mary thuần chay 6 đến 8 ounce
- 2 đến 4 ounce rượu vodka (tùy chọn)
- 2 sườn cần tây
- 2 bánh bao chay
- 2 đến 4 quả ô liu xanh hoặc chanh (tùy chọn)
- 2 lát dưa chua ngọt hoặc thì là hoặc cà chua bi (tùy chọn)

HƯỚNG DẪN:

a) Đặt các lát xúc xích vào giỏ nồi chiên không khí. Thêm thịt xông khói. Nấu ở nhiệt độ 370°F trong 6 phút.

b) Sử dụng hỗn hợp Bloody Mary và vodka (nếu sử dụng) để pha Bloody Mary dành cho người lớn hoặc trinh nữ mà bạn yêu thích. Đảm bảo sử dụng ly chứa ít nhất 12 ounce chất lỏng (lọ xây là một lựa chọn thú vị). Thêm một miếng cần tây vào mỗi đồ uống.

c) Xếp xúc xích đã nấu chín vào bánh trượt và dùng xiên đâm vào chúng. Nếu sử dụng ô liu và dưa chua, hãy thêm chúng vào xiên. Đặt xiên vào mỗi đồ uống, đặt chúng lên các cạnh của ly. Thêm một dải thịt xông khói nấu chín vào mỗi Bloody Mary.

18. Trứng cuộn rau củ

THÀNH PHẦN:
- 1 đến 2 muỗng cà phê dầu hạt cải
- 1 chén bắp cải thái nhỏ
- 1 cốc cà rốt bào sợi
- 1 chén giá đỗ
- 1/2 chén nấm thái nhỏ (bất kỳ loại nào)
- 1/2 chén hành lá thái lát
- 2 thìa cà phê tương ớt
- 1/2 thìa cà phê gừng xay
- 1/4 chén nước tương ít natri hoặc tamari
- 2 thìa cà phê tinh bột khoai tây
- 8 giấy gói trứng cuộn thuần chay

HƯỚNG DẪN:

a) Trong chảo lớn, đun nóng dầu trên lửa vừa cao. Thêm bắp cải, cà rốt, giá đỗ, nấm, hành lá, tương ớt và gừng. Xào trong 3 phút.

b) Trong một bát nhỏ hoặc cốc đo lường, trộn nước tương và tinh bột khoai tây với nhau. Đổ hỗn hợp này vào chảo và trộn với rau.

c) Trải giấy gói trứng cuộn ra trên bề mặt làm việc. Nhẹ nhàng chải các cạnh bằng nước. Đặt 1/4 cốc nhân vào một đầu của giấy gói. Bắt đầu cuộn màng bọc lên các loại rau, nhét các đầu vào sau cuộn đầu tiên. Lặp lại quá trình này với các giấy gói và phần nhân còn lại.

d) Chuyển cuộn trứng vào giỏ nồi chiên không khí. Nấu ở nhiệt độ 360°F trong 6 phút, lắc nửa thời gian nấu.

19.Khoai tây chiên nướng

THÀNH PHẦN:
- 1 củ khoai tây màu nâu đỏ lớn
- 1 thìa cà phê ớt bột
- 1/2 thìa cà phê muối tỏi
- 1/4 thìa cà phê đường
- 1/4 thìa cà phê bột hành
- 1/4 thìa cà phê bột chipotle hoặc bột ớt
- 1/8 muỗng cà phê muối biển
- 1/8 thìa cà phê mù tạt xay
- 1/8 muỗng cà phê ớt cayenne
- 1 muỗng cà phê dầu hạt cải
- 1/8 muỗng cà phê khói lỏng

HƯỚNG DẪN:

a) Rửa và gọt vỏ khoai tây. Cắt thành lát mỏng 1/10 inch; hãy cân nhắc sử dụng máy cắt lát mandolin hoặc lưỡi cắt lát trong máy chế biến thực phẩm để có được những lát cắt đồng đều.

b) Đổ đầy một tô lớn với 3 đến 4 cốc nước rất lạnh. Chuyển các lát khoai tây vào tô và ngâm trong 20 phút.

c) Trong một bát nhỏ, trộn muối tỏi, đường, bột hành tây, bột chipotle, muối biển, mù tạt và ớt cayenne.

d) Rửa sạch các lát khoai tây và lau khô bằng khăn giấy. Chuyển chúng vào một cái bát lớn. Thêm dầu, khói lỏng và hỗn hợp gia vị vào tô. Quẳng vào áo khoác. Chuyển khoai tây vào giỏ nồi chiên không khí.

e) Nấu ở nhiệt độ 390°F trong 20 phút. Lắc 5 phút một lần để theo dõi tiến trình. Bạn muốn khoai tây chiên có màu nâu nhưng không bị cháy. Ăn những thứ này ngay lập tức!

20.Khoai tây chiên đậu nành

THÀNH PHẦN:
- 1 cốc đậu nành khô
- 1 chén nước luộc gà chay nóng
- 1/2 thìa cà phê ớt bột
- 1 thìa cà phê bột gạo lứt
- 1 thìa cà phê bột ngô
- 1 thìa cà phê dầu bơ chipotle (hoặc dầu bơ nguyên chất cộng với 1/2 thìa cà phê bột chipotle)

HƯỚNG DẪN:

a) Ngâm các lọn đậu nành trong nước dùng nóng trong 10 phút. Xả các lọn đậu nành và dùng kẹp ấn nhẹ chúng để loại bỏ chất lỏng dư thừa.

b) Chuyển những lọn đậu nành đã ráo nước vào một cái tô lớn. Thêm bột ớt, bột mì, bột bắp và dầu. Quăng cho đến khi được phủ tốt.

c) Chuyển các lọn đậu nành vào nồi chiên không khí và nấu ở nhiệt độ 390°F trong 8 phút, lắc nửa chừng trong thời gian nấu.

21.Khoai tây chiên tẩm gia vị

THÀNH PHẦN:
- 2 củ khoai tây màu nâu đỏ lớn, đã chà sạch
- 1 muỗng canh dầu bơ hoặc dầu ô liu nguyên chất
- 1 thìa cà phê thì là khô
- 1 muỗng cà phê hẹ khô
- 1 muỗng cà phê mùi tây khô
- 1 thìa cà phê ớt cayenne
- 2 muỗng canh đậu xanh, đậu nành, kiều mạch hoặc bột kê

HƯỚNG DẪN:

a) Cắt khoai tây thành lát 1/4 inch, sau đó cắt lát thành dải 1/4 inch. Chuyển khoai tây chiên vào tô lớn và ngâm chúng trong 3 đến 4 cốc nước. Ngâm khoai tây chiên trong 20 phút. Xả, rửa sạch và lau khô.

b) Cho khoai tây trở lại bát. Thêm dầu bơ, thì là, hẹ, mùi tây, ớt cayenne và bột mì. Quăng cho đến khi được phủ tốt.

c) Làm nóng trước nồi chiên không dầu ở nhiệt độ 390°F trong 3 phút. Chuyển khoai tây đã tráng vào giỏ nồi chiên không dầu. Nấu trong 20 phút, lắc nửa thời gian nấu.

22. Thuốc phiện ớt jalapeno

THÀNH PHẦN:
- 8 quả ớt jalapeño lớn
- 1 cốc phô mai kem không sữa
- 1/4 chén hành tây thái nhỏ
- 1 chén vụn bánh mì khô không gia vị
- 2 muỗng cà phê lá oregano khô của Mexico
- 1/2 thìa cà phê tiêu đen mới xay
- 1/2 đến 1 muỗng cà phê muối, hoặc nếm thử
- 2 đến 3 giọt dầu ô liu nguyên chất

HƯỚNG DẪN:
a) Khi chuẩn bị jalapeños, hãy cân nhắc đeo găng tay cao su để tránh gây kích ứng da. Cắt ớt jalapeño làm đôi theo chiều dọc, theo đường cong của quả ớt. Dùng thìa nhỏ hoặc ngón tay của bạn múc hạt và màng ra vì chúng chứa sức nóng của ớt jalapeños (để lại một ít hạt nếu bạn muốn thêm nhiệt). Đặt jalapeños thái lát sang một bên.
b) Trong một bát nhỏ, trộn kem phô mai và hành tây.
c) Trong một bát vừa, trộn vụn bánh mì, lá oregano Mexico, hạt tiêu và muối.
d) Đổ khoảng 2 thìa cà phê hỗn hợp phô mai kem vào mỗi nửa jalapeño, dùng ngón tay ấn vào khoang. Rắc 1 1/2 thìa cà phê hỗn hợp vụn bánh mì lên trên phô mai kem. Nhấn vụn bánh mì vào phô mai kem.
e) Xịt dầu vào giỏ nồi chiên không khí. Đặt càng nhiều jalapeño poppers vào giỏ nồi chiên không khí càng tốt (bạn có thể phải nấu theo mẻ). Xịt thêm dầu lên trên phần đầu của poppers (điều này sẽ giúp chúng có màu nâu). Nấu ở nhiệt độ 390°F trong 6 đến 7 phút hoặc cho đến khi vụn bánh mì có màu vàng nâu.

23. Mac'n' Phô Mai Viên Cay

THÀNH PHẦN:
- 2 3/4 chén nước luộc gà thuần chay, chia
- 1 cốc fusilli làm từ lúa mì nguyên hạt
- 1 muỗng canh bơ không sữa
- 2 tép tỏi, băm nhỏ
- 1/4 chén hành vàng thái nhỏ
- 1/4 chén cộng với 1 muỗng canh bột đậu xanh, chia
- 1/4 cốc men dinh dưỡng
- 1 thìa nước cốt chanh tươi
- 1/4 cốc phô mai Daiya Jalapeño Havarti Style Farmhouse Block hoặc phô mai Pepperjack Style cắt nhỏ không sữa
- 1/4 thìa cà phê tiêu đen
- 2 quả trứng lạnh hoặc 2 thìa canh Follow Your Heart VeganEgg hoặc Ener-G Trứng thay thế
- 1/2 cốc nước đá lạnh
- 1/2 chén vụn bánh mì Ý khô
- 1 muỗng cà phê ớt bột xông khói
- 1 thìa cà phê ớt cayenne
- 1/4 chén phô mai Parmesan cắt nhỏ không dùng sữa
- 3 đến 4 giọt dầu ô liu nguyên chất

HƯỚNG DẪN:

a) Trong một cái chảo lớn, đun sôi 2 1/2 cốc nước dùng trên lửa vừa cao. Thêm fusilli và nấu trong 11 phút.

b) Trong một cái chảo nhỏ, đun nóng bơ, tỏi và hành tây trên lửa vừa và nhỏ. Khi bơ sôi, giảm nhiệt xuống thấp và đun nhỏ lửa trong 5 phút.

c) Thêm 1 thìa bột đậu xanh vào bơ và đánh đều để tạo thành roux.

d) Xả fusilli đã nấu chín và cho vào nồi lớn. Chuyển roux vào mì ống và khuấy men dinh dưỡng, nước chanh và phô mai. Thêm càng nhiều 1/4 cốc nước dùng còn lại càng cần thiết để có độ sệt như kem. Chuyển fusilli vào tô lớn, đậy nắp và để lạnh trong 1 đến 2 giờ.

e) Thiết lập 3 trạm nạo vét. Đổ 1/4 chén bột đậu xanh còn lại vào một cái bát nông. Kết hợp trứng lạnh và nước lạnh vào tô nông thứ hai. Kết hợp vụn bánh mì, ớt bột hun khói và ớt cayenne vào tô cạn thứ ba. Làm nóng trước nồi chiên không dầu ở nhiệt độ 390°F trong 3 phút.

f) Múc 2 thìa phô mai mac 'n' ướp lạnh và vo tròn cho đến khi bạn làm được 8 quả bóng. Lăn từng viên qua bột đậu xanh (lắc từng viên để loại bỏ bột thừa), sau đó nhúng từng viên vào trứng lạnh, cuối cùng phủ hỗn hợp vụn bánh mì lên viên. Đặt từng cái sang một cái đĩa hoặc mảnh giấy da cho đến khi chuẩn bị xong tất cả 8 viên phô mai mac 'n'.

g) Chuyển các quả bóng vào giỏ nồi chiên không khí. Nấu trong 8 phút hoặc cho đến khi có màu vàng nâu.

24. Hoành Thánh Rau Chiên

THÀNH PHẦN:
- 1/4 cốc cà rốt thái nhỏ
- 1/4 chén đậu hũ siêu cứng thái nhỏ
- 1/4 chén nấm hương thái nhỏ
- 1/2 chén bắp cải thái nhỏ
- 1 thìa tỏi băm
- 1 muỗng cà phê gừng xay khô
- 1/4 thìa cà phê tiêu trắng
- 2 muỗng cà phê nước tương, chia
- 1 muỗng cà phê dầu mè
- 2 thìa cà phê tinh bột khoai tây hoặc bột bắp
- 16 gói hoành thánh thuần chay
- 1 đến 2 giọt dầu hạt cải hoặc dầu ô liu nguyên chất
- Nước chấm đậu nành cay

HƯỚNG DẪN:

a) Trong một tô lớn, trộn cà rốt, đậu phụ, nấm, bắp cải, tỏi, gừng, tiêu trắng và 1 thìa cà phê nước tương.

b) Trong một bát nhỏ, trộn 1 thìa cà phê nước tương còn lại, dầu mè và tinh bột khoai tây. Đánh đều cho đến khi tinh bột hòa quyện hoàn toàn. Đổ đậu phụ và rau lên trên rồi dùng tay trộn đều.

c) Đặt một bát nước nhỏ bên cạnh bề mặt làm việc của bạn để làm bánh bao. Trải phẳng lớp vỏ hoành thánh, dùng ngón tay làm ướt các mặt bằng nước và cho 1 thìa nhân vào giữa. Kéo tất cả 4 góc của giấy gói lên trên và giữa rồi kẹp chúng lại với nhau. Đặt hoành thánh vào giỏ nồi chiên không khí. Lặp lại quá trình này, tạo ra tổng cộng 16 hoành thánh. Rắc hoành thánh với dầu hạt cải. Nấu ở nhiệt độ 360°F trong 6 phút, lắc nửa thời gian nấu.

d) Gắp hoành thánh chiên ra đĩa và dùng kèm với nước chấm.

25. Nước chấm đậu nành cay

THÀNH PHẦN:
- 1 muỗng canh nước tương ít natri
- 1 muỗng cà phê giấm gạo
- 1/2 muỗng cà phê tương ớt

HƯỚNG DẪN:
a) Trong một bát nhỏ, trộn nước tương, giấm và tương ớt.

26. bơ chiên

THÀNH PHẦN:
- 1/4 chén bột mì đa dụng chưa tẩy trắng
- 1 quả trứng lanh
- 1/2 chén vụn bánh mì panko
- 1 thìa cà phê ớt bột
- 1 quả bơ Hass chín, bỏ hạt và gọt vỏ
- 2 đến 3 giọt dầu hạt cải hoặc dầu ô liu nguyên chất

HƯỚNG DẪN:
a) Đặt bột vào một cái đĩa nông. Đặt trứng lanh vào đĩa nông thứ hai. Trong đĩa cạn thứ ba, trộn vụn bánh mì panko và bột ớt.
b) Lăn từng nửa quả bơ qua ba lớp phủ: phủ bột mì, nhúng vào trứng lanh và phủ một lớp vụn bánh mì panko.
c) Xịt dầu vào giỏ nồi chiên không khí. Đặt các nửa quả bơ đã tráng thành một lớp duy nhất vào giỏ nồi chiên không khí. Rắc dầu vào nửa quả bơ. Nấu ở nhiệt độ 390°F trong 12 phút.

27.Đậu mít Taquitos

THÀNH PHẦN:
- 1 (14-ounce) lon mít ngâm nước, để ráo nước và rửa sạch
- 1 chén đậu đỏ nấu chín hoặc đóng hộp, để ráo nước và rửa sạch
- 1/2 chén nước sốt pico de gallo
- 1/4 cốc cộng với 2 thìa nước
- 4 bánh ngô (6 inch) hoặc bánh ngô nguyên hạt
- 2 đến 4 giọt dầu hạt cải hoặc dầu ô liu nguyên chất

HƯỚNG DẪN:

a) Trong nồi vừa hoặc nồi áp suất, kết hợp mít, đậu, pico de gallo và nước. Nếu bạn dùng chảo, hãy đun hỗn hợp mít trên lửa vừa cao cho đến khi hỗn hợp bắt đầu sôi. Giảm nhiệt, đậy nắp chảo và đun nhỏ lửa trong 20 đến 25 phút. Nếu bạn đang sử dụng nồi áp suất, hãy đậy nắp nồi áp suất, đun đến áp suất, nấu ở áp suất thấp trong 3 phút, sau đó sử dụng chế độ xả tự nhiên.

b) Nghiền hỗn hợp mít bằng nĩa hoặc máy nghiền khoai tây. Bạn đang muốn thái mít thành dạng thịt. Làm nóng trước nồi chiên không dầu ở nhiệt độ 370°F trong 3 phút.

c) Đặt một chiếc bánh tortilla lên bề mặt làm việc. Múc 1/4 cốc hỗn hợp mít lên bánh tortilla. Cuộn chặt lại, đẩy phần hỗn hợp rơi ra trở lại bánh tortilla. Lặp lại quá trình này để tạo ra 4 taquitos.

d) Xịt dầu vào giỏ nồi chiên không khí. Rắc cả phần trên của bánh ngô. Đặt bánh ngô đã cuộn vào giỏ nồi chiên không dầu. Nấu ở nhiệt độ 370°F trong 8 phút.

28.Bánh quy chiên không khí

THÀNH PHẦN:
- 3/4 cốc nước ấm (110 đến 115°F)
- 1 thìa cà phê men instant
- 1/2 thìa cà phê muối
- 2 thìa cà phê đường cát
- 1 1/2 chén bột mì đa dụng chưa tẩy trắng, chia nhỏ, cộng thêm nếu cần
- 4 1/2 cốc nước
- 1/4 cốc baking soda
- 1 1/4 muỗng cà phê muối biển thô

HƯỚNG DẪN:

a) Đánh đều nước ấm và men trong cốc đo lớn. Thêm muối và đường và khuấy cho đến khi kết hợp.

b) Trong một tô trộn vừa, trộn 1 cốc bột mì với hỗn hợp men, khuấy đều bằng thìa gỗ. Thêm 1/4 chén bột mì khác, khuấy đều cho đến khi bột không còn dính và dễ cầm.

c) Rải 1/4 cốc bột còn lại lên bề mặt làm việc. Chuyển bột lên bề mặt làm việc và nhào trong 3 đến 4 phút. Thêm bột mì nếu bột dính vào bề mặt làm việc hoặc tay của bạn.

d) Sau khi nhào bột, tạo hình thành hình vuông 5 x 5 x 1/2 inch.

e) Trong một cái nồi lớn trên lửa vừa cao, đun sôi nước và baking soda.

f) Trong khi đó, cắt khối bột theo chiều dọc thành 5 dải.

g) Cuộn từng dải thành dây 12 inch. Lấy cả hai đầu của sợi dây, kéo chúng lại với nhau và xoắn hoàn toàn, dùng tay tạo thành hình tròn với bột vẫn còn trên bề mặt làm việc. Nhấn các đầu của bột vào vòng tròn, tạo thành hình bánh quy xoắn mang tính biểu tượng. Lặp lại quá trình này với các sợi dây còn lại, tạo thành 5 chiếc bánh quy xoắn.

h) Đặt 1 chiếc bánh quy xoắn lên một chiếc thìa có rãnh và nhẹ nhàng đặt nó vào nước sôi. Nó sẽ chìm xuống rồi nổi lên trên trong khoảng 20 đến 30 giây. Dùng thìa có rãnh lấy bánh quy cây ra và chuyển một tấm lót nướng silicon hoặc một mảnh giấy da vào đó.

i) Lặp lại quá trình này với 4 bánh quy còn lại.

j) Làm nóng trước nồi chiên không dầu ở nhiệt độ 390°F trong 5 phút. Rắc 1/4 thìa cà phê muối lên mỗi chiếc bánh quy xoắn.

k) Chuyển bánh quy vào giỏ nồi chiên không khí. Nếu sử dụng nồi chiên không khí lớn có phụ kiện giá đỡ, bạn có thể đặt 2 bánh quy lớn trực tiếp lên giỏ và 3 bánh nhỏ hơn trên giá. Nếu bạn đang sử dụng nồi chiên không dầu nhỏ hơn hoặc nếu không có sẵn giá đỡ, hãy chiên bánh quy theo mẻ.

l) Nấu ở nhiệt độ 390°F trong 5 đến 6 phút. Bắt đầu kiểm tra chúng sau 3 phút. Bạn đang tìm kiếm một kết quả màu vàng đến nâu sẫm. Lấy bánh quy ra khỏi nồi chiên không dầu bằng thìa.

29. Đậu Hủ Chiên Sốt Đậu Phộng

THÀNH PHẦN:
ĐẬU RÁN
- 1 (12-ounce) gói đậu phụ cứng, để ráo nước và ép
- 1/2 chén bột ngô
- 1/4 chén bột bắp
- 1/2 muỗng cà phê muối biển
- 1/2 thìa cà phê tiêu trắng
- 1/2 muỗng cà phê ớt đỏ
- 1 đến 2 giọt dầu mè

NƯỚC SỐT ĐẬU PHỘNG
- 1 miếng gừng tươi (1 inch), gọt vỏ
- 1 tép tỏi
- 1/2 chén bơ đậu phộng dạng kem
- 2 muỗng canh tamari ít natri
- 1 muỗng canh nước cốt chanh tươi
- 1 muỗng cà phê si-rô phong
- 1/2 muỗng cà phê tương ớt
- 1/4 đến 1/2 cốc nước, nếu cần
- 1/4 chén hành lá thái nhỏ

HƯỚNG DẪN:
a) Đậu phụ: Cắt đậu phụ thành 16 miếng và đặt sang một bên. Trong một tô vừa, trộn bột ngô, bột ngô, muối, tiêu trắng và ớt đỏ. Thêm đậu phụ cắt khối và phủ đều. Chuyển đậu phụ vào giỏ nồi chiên không khí. Xịt dầu mè. Nấu trong 20 phút ở 350°F, lắc nhẹ trong suốt thời gian nấu.

b) Sốt đậu phộng: Cho gừng, tỏi, bơ đậu phộng, tamari, nước cốt chanh, xi-rô cây thích và tương ớt vào máy xay cho đến khi mịn. Thêm nước, nếu cần để có độ đặc sệt đủ loãng để có thể nhỏ giọt. Để phục vụ, chuyển đậu phụ vào đĩa phục vụ.

c) Đổ nước sốt đậu phộng vào một bát nhúng nhỏ và rắc hành lá lên trên.

30.nấm tẩm bột

THÀNH PHẦN:
- 2 mũ nấm portobello lớn, rửa nhẹ và lau khô
- 1/2 chén bột đậu nành
- 1/2 thìa cà phê hành tây băm
- 1/4 thìa cà phê lá oregano khô
- 1/4 muỗng cà phê húng quế khô
- 1/4 thìa cà phê tỏi xay
- 1/2 muỗng cà phê tiêu đen, chia
- 1/2 cốc nước đá lạnh
- 2 muỗng canh Theo Trái tim của bạn Trứng chay hoặc 1 quả trứng lạnh
- 1/8 cốc sữa đậu nành
- 1 muỗng cà phê tamari ít natri
- 1 cốc vụn bánh mì panko
- 1/4 thìa cà phê muối biển
- 1 đến 2 giọt dầu hạt cải hoặc dầu ô liu nguyên chất

HƯỚNG DẪN:

a) Cắt mũ portobello thành lát dày 1/4 inch. Trộn bột mì, hành tây nghiền, lá oregano, húng quế, tỏi nghiền và 1/4 thìa cà phê hạt tiêu vào đĩa hoặc đĩa nông.

b) Đánh đều nước và VeganEgg. Đổ hỗn hợp vào một cái bát nông. Thêm sữa đậu nành và tamari. Đổ vụn bánh mì panko vào đĩa hoặc đĩa cạn thứ ba rồi thêm muối và hạt tiêu đen còn lại vào, trộn đều.

c) Làm theo mẻ, cho nấm vào hỗn hợp bột, nạo sao cho nấm phủ đều. Lắc hết bột thừa và nhúng nấm vào hỗn hợp sữa. Lắc sạch chất lỏng dư thừa, sau đó đặt nấm vào vụn bánh mì và phủ đều. Đặt nấm tẩm bột lên đĩa phủ giấy da và lặp lại quá trình này cho đến khi tất cả nấm tẩm bột.

d) Xịt dầu vào giỏ nồi chiên không khí. Đặt nấm tẩm bột vào giỏ nồi chiên không khí (bạn có thể phải làm việc này theo mẻ) và nấu ở nhiệt độ 360°F trong 7 phút, lắc nửa chừng trong thời gian nấu.

31. Cánh chay

THÀNH PHẦN:
- 1/4 cốc bơ không sữa
- 1/2 chén Sốt ớt cayenne nguyên chất RedHot của Frank hoặc sốt cayenne yêu thích của bạn
- 2 tép tỏi
- 16 đến 18 ounce Seitan nướng kiểu Chick'n , cắt thành 8 đến 10 miếng, hoặc seitan kiểu gà nhãn hiệu WestSoy hoặc Pacific
- 1/4 chén bột đậu xanh
- 1/4 chén bột ngô

HƯỚNG DẪN:
a) Kết hợp bơ, nước sốt nóng và tỏi vào nồi nhỏ trên lửa vừa trong 3 đến 5 phút. Đổ một nửa nước sốt vào tô. Để qua một bên.
b) Thêm các miếng seitan vào nước sốt trong chảo. Trộn đều để phủ seitan.
c) Trộn bột mì và bột ngô vào một cái bát nông.
d) Làm nóng trước nồi chiên không dầu ở nhiệt độ 370°F trong 3 phút. Nhúng các miếng seitan vào hỗn hợp bột, phủ đều chúng. Đặt seitan vào nồi chiên không khí. Nấu ở 370°F trong 7 phút, lắc trong 3 phút.
e) Chuyển cánh vào tô cùng với nước sốt nóng dành riêng. Quăng và dùng kèm với phô mai xanh không có sữa hoặc nước sốt trang trại.

32. Đậu gà nướng nướng

THÀNH PHẦN:
- 1 (15-ounce) lon đậu xanh, để ráo nước, rửa sạch và vỗ nhẹ cho khô
- 1 muỗng cà phê dầu đậu phộng
- 1/2 muỗng cà phê si-rô phong
- 1 thìa cà phê ớt bột
- 1 thìa cà phê bột tỏi
- 1/2 thìa cà phê tiêu đen
- 1/2 thìa cà phê mù tạt xay
- 1/2 thìa cà phê bột chipotle

HƯỚNG DẪN:

a) Kết hợp đậu xanh, dầu và xi-rô cây thích trong một tô lớn, trộn đều cho đậu xanh thấm đều. Rắc ớt bột, bột tỏi, hạt tiêu, mù tạt và bột chipotle lên đậu xanh và trộn đều cho đến khi tất cả đậu xanh được phủ đều.

b) Chuyển đậu xanh vào giỏ nồi chiên không khí. Nấu ở 400°F trong 15 phút, lắc 5 phút một lần.

33.Cà chua thơm balsamic

THÀNH PHẦN:
- 1/4 chén giấm balsamic
- 1/2 thìa cà phê muối biển thô
- 1/4 thìa cà phê tiêu đen xay
- 1 muỗng canh lá oregano khô
- 1 muỗng cà phê ớt đỏ
- 2 quả cà chua to và chắc, mỗi quả cắt thành 4 lát
- Xịt dầu ô liu nguyên chất

HƯỚNG DẪN:

a) Đổ giấm vào một cái đĩa nông. Khuấy muối, hạt tiêu, lá oregano và ớt đỏ.

b) Nhúng từng lát cà chua vào hỗn hợp giấm. Làm nóng nồi chiên không dầu ở nhiệt độ 360°F trong 3 phút.

c) Xếp cà chua thành từng lớp, trên vỉ nướng hoặc trực tiếp trong nồi chiên không khí (bạn có thể nấu 2 đến 4 lát mỗi lần, tùy thuộc vào kích thước của nồi chiên không dầu của bạn). Để tăng công suất nấu, hãy đặt phụ kiện giá đỡ lên trên vỉ nướng hoặc giỏ để nướng hai lớp cà chua cùng một lúc.

d) Đổ hỗn hợp giấm còn lại lên mỗi quả cà chua. Rưới dầu lên cà chua. Nấu ở 360°F trong 5 đến 6 phút. Loại bỏ cà chua cẩn thận bằng thìa.

34. Khoai tây chiên củ cải

THÀNH PHẦN:
- 2 củ cải vừa, cắt tỉa và rửa sạch
- 1 muỗng cà phê dầu bơ hoặc dầu hạt cải
- 1 muỗng cà phê quế xay
- 1/2 thìa cà phê thì là xay
- 1/2 thìa cà phê ớt bột
- 1/2 muỗng cà phê rau mùi đất
- 1/2 muỗng cà phê muối biển
- 1/4 thìa cà phê tiêu đen
- 1/2 muỗng cà phê bột bắp
- 1 muỗng canh bột mì hoặc bột gạo lứt

HƯỚNG DẪN:

a) Cắt bỏ phần ngọn và phần dưới của củ cải. Cắt đôi theo chiều dọc. Cắt đôi hoặc làm tư các phần dày theo chiều dọc, cho đến khi tất cả các miếng rau mùi tây có kích thước gần bằng nhau.

b) Chuyển chúng vào một cái bát lớn. Thêm dầu, quế, thì là, ớt bột, rau mùi, muối và hạt tiêu.

c) Trong một bát nhỏ, trộn bột ngô và bột mì. Rắc hỗn hợp bột ngô lên trên củ cải và dùng kẹp trộn đều cho đến khi được phủ đều.

d) Nấu củ cải ở nhiệt độ 370°F trong 15 phút hoặc cho đến khi có màu vàng nâu, lắc đều trong suốt thời gian nấu.

35. Súp lơ trâu

THÀNH PHẦN:
- 1 súp lơ đầu to
- 1 chén bột mì đa dụng chưa tẩy trắng
- 1 muỗng cà phê hạt nước dùng gà thuần chay (hoặc Gia vị kiểu Butler Chik)
- 1/4 thìa cà phê ớt cayenne
- 1/4 thìa cà phê ớt bột
- 1/4 thìa cà phê ớt bột
- 1/4 muỗng cà phê mảnh ớt chipotle khô
- 1 cốc sữa đậu nành
- Xịt dầu hạt cải
- 2 muỗng canh bơ không sữa
- 1/2 chén Sốt ớt cayenne nguyên chất RedHot của Frank hoặc sốt cayenne yêu thích của bạn
- 2 tép tỏi, băm nhỏ

HƯỚNG DẪN:
a) Cắt súp lơ thành miếng vừa ăn. Rửa sạch và để ráo các miếng súp lơ.

b) Kết hợp bột mì, hạt nước dùng, ớt cayenne, bột ớt, ớt bột và mảnh chipotle trong một tô lớn. Từ từ đánh sữa cho đến khi tạo thành một khối bột dày.

c) Xịt dầu hạt cải vào gió nồi chiên không khí và làm nóng trước nồi chiên không khí ở nhiệt độ 390°F trong 10 phút.

d) Trong khi nồi chiên không dầu đang làm nóng trước, hãy cho súp lơ vào bột. Chuyển súp lơ đã đập vào giỏ nồi chiên không khí. Nấu trong 20 phút ở 390°F. Dùng kẹp, lật các miếng súp lơ sau 10 phút (đừng lo nếu chúng dính vào).

e) Sau khi lật súp lơ, đun nóng bơ, nước sốt nóng và tỏi trong chảo nhỏ trên lửa vừa cao. Đun sôi hỗn hợp, giảm nhiệt để đun nhỏ lửa và đậy nắp. Sau khi súp lơ chín, chuyển nó vào tô lớn. Đổ nước sốt lên súp lơ và dùng kẹp đảo nhẹ nhàng. Phục vụ ngay lập tức.

36. Phô mai thì là Polenta cắn

THÀNH PHẦN:
- 1 cốc nước cốt dừa nấu ăn nhẹ
- 3 chén nước luộc rau
- 3 tép tỏi, băm nhỏ
- 1/2 muỗng cà phê bột nghệ
- 1/2 muỗng cà phê thì là khô
- 1 chén polenta khô hoặc bột ngô
- 1 muỗng canh bơ không sữa
- 2 muỗng canh men dinh dưỡng
- 1 thìa nước cốt chanh tươi
- Xịt dầu hạt cải

HƯỚNG DẪN:
ĐỐI VỚI POENTA:
a) Trong nồi áp suất hoặc Nồi ăn liền: Kết hợp sữa, nước dùng, tỏi, nghệ, thì là và polenta trong nồi áp suất không đậy nắp (hoặc nồi đa năng, chẳng hạn như Nồi ăn liền).
b) Đậy nắp nồi áp suất và đun đến áp suất. Nấu ở áp suất cao trong 5 phút. Sử dụng một bản phát hành tự nhiên sau 15 phút. Nếu sử dụng nồi đa năng, hãy chọn thủ công và áp suất cao trong 5 phút. Mở nắp và cho bơ, men dinh dưỡng và nước cốt chanh vào khuấy đều.
c) Trên bếp: Cho sữa, nước dùng, tỏi, nghệ và thì là vào đun sôi trên lửa vừa cao trong nồi lớn.
d) Đổ từ từ polenta vào hỗn hợp sữa đang sôi, khuấy liên tục cho đến khi tất cả polenta hòa quyện và không còn vón cục. Giảm nhiệt xuống thấp và đun nhỏ lửa, khuấy thường xuyên cho đến khi polenta bắt đầu đặc lại, khoảng 5 phút.
e) Polenta vẫn còn hơi lỏng lẻo. Đậy nắp chảo và nấu trong 30 phút, đánh đều sau mỗi 5 đến 6 phút. Khi polenta quá dày để đánh, hãy khuấy nó bằng thìa gỗ. polenta được thực hiện khi kết cấu của nó là kem và các hạt riêng lẻ mềm.
f) Tắt lửa và khuấy nhẹ bơ vào polenta cho đến khi bơ tan chảy một phần.
g) Trộn men dinh dưỡng và nước cốt chanh vào polenta. Đậy nắp chảo và để polenta trong 5 phút cho đặc lại.
h) Đặt polenta nóng sang một bên để nguội (bạn có thể chuyển polenta sang tô vừa và để trong tủ lạnh trong 15 phút để đẩy nhanh quá trình).

ĐỐI VỚI VẾT Cắn POENTA:
i) Cuộn 1/8 muỗng polenta thành từng quả bóng và sắp xếp chúng thành một lớp trong nồi chiên không dầu. (Tùy thuộc vào kích thước của nồi chiên không khí, bạn có thể phải nấu theo mẻ.)
j) Xịt chúng với dầu hạt cải. Nấu ở 400°F trong 12 đến 14 phút, lắc trong 6 phút.

37.Rang Brussels sprouts

THÀNH PHẦN:
- 1 pound cải Bruxen
- 2 muỗng canh nước tương
- 1 muỗng canh giấm gạo
- 1 muỗng cà phê dầu hạt cải
- 1 thìa tỏi băm
- 1/2 thìa cà phê tiêu trắng

HƯỚNG DẪN:

a) Cắt bỏ phần dưới của cải Brussels và cắt mỗi mầm làm đôi từ trên xuống dưới (các lá bên ngoài sẽ dễ rụng). Rửa sạch và để ráo nước. Chuyển cải Brussels vào tô lớn.

b) Trộn đều nước tương, giấm, dầu, tỏi và tiêu trắng trong một bát nhỏ. Đổ lên cải Brussels. Quăng nhẹ nhàng bằng kẹp, phủ đều.

c) Làm nóng trước nồi chiên không dầu ở nhiệt độ 390°F trong 3 phút. Chuyển cải Brussels vào giỏ nồi chiên không dầu. Nấu trong 12 phút, lắc nửa thời gian nấu.

38. Quả sồi nướng

THÀNH PHẦN:
- 1 (16-ounce) quả bí, rửa sạch
- 1/4 chén nước luộc rau
- 2 muỗng canh men dinh dưỡng
- 3 tép tỏi, băm nhỏ

HƯỚNG DẪN:

a) Cắt đôi quả bí và dùng thìa múc hạt ra. (Đặt hạt sang một bên để làm Hạt bí Tamari . Cắt bỏ phần cuối của mỗi miếng để làm đáy phẳng.

b) Đặt mỗi nửa quả bí vào nồi chiên không khí, mặt thịt hướng lên trên. Nấu ở 360°F trong 10 phút.

c) Trong một bát nhỏ, trộn đều nước dùng, men dinh dưỡng và tỏi.

d) Sau 10 phút, mở giỏ chiên không dầu và đổ 1/8 cốc nước sốt tỏi lên một nửa quả bí và 1/8 cốc lên nửa quả bí còn lại. Nước sốt sẽ lắng xuống "bát" bí.

e) Dùng cọ phủ lên phần trên của quả bí. Tăng nhiệt lên 390°F và tiếp tục nấu thêm 5 phút nữa cho đến khi bí mềm.

f) Lấy nửa quả bí ra khỏi nồi chiên không khí và cắt chúng hoặc dùng chúng làm bát phục vụ ăn được.

39. Hạt bí Tamari

THÀNH PHẦN:
- 1/4 đến 1/2 chén hạt bí hoặc hạt bí (số lượng thay đổi tùy theo kích cỡ của quả bí)
- 2 muỗng canh tamari ít natri hoặc nước tương ít natri
- 1/4 thìa cà phê tiêu trắng hoặc tiêu đen mới xay

HƯỚNG DẪN:
a) Rửa sạch hạt bí, loại bỏ hết dây hoặc mẩu bí. Chuyển chúng vào một cái bát nhỏ hoặc cốc đo lường. Đổ tamari lên hạt và để chúng ướp trong 30 phút.
b) Để ráo nước (nhưng không rửa sạch) hạt.
c) Làm nóng trước nồi chiên không dầu ở nhiệt độ 390°F trong 3 phút. Chuyển hạt vào giỏ nồi chiên không khí và rắc hạt tiêu trắng. Nấu ở nhiệt độ 390°F trong 6 phút, lắc nửa thời gian nấu.
d) Ăn hạt ngay hoặc bảo quản trong hộp kín trong 3 ngày.

40.Hành tây chiên

THÀNH PHẦN:
- 1 củ hành lớn, cắt thành lát dày 1/4 inch
- 1 chén bột mì đa dụng chưa tẩy trắng
- 1/4 chén bột đậu xanh
- 1 thìa cà phê bột nở
- 1 thìa cà phê muối biển
- 1/2 chén aquafaba hoặc trứng thay thế thuần chay
- 1 cốc sữa đậu nành
- 3/4 cốc vụn bánh mì panko

HƯỚNG DẪN:

a) Làm nóng nồi chiên không dầu ở nhiệt độ 360°F trong 5 phút. Tách các lát hành tây thành từng khoanh.

b) Trộn bột mì đa dụng, bột đậu xanh, bột nở và muối vào tô nhỏ.

c) Nhúng các lát hành tây vào hỗn hợp bột cho đến khi phủ đều. Để qua một bên.

d) Đánh đều aquafaba và sữa vào hỗn hợp bột còn lại. Nhúng các vòng hành tây đã tẩm bột vào bột để phủ đều.

e) Trải vụn bánh mì panko lên đĩa hoặc đĩa nông và nạo các vòng vào vụn bánh mì, đậy kín.

f) Đặt các vòng hành tây vào nồi chiên không khí thành một lớp và nấu trong 7 phút ở 360°F, lắc nửa chừng trong thời gian nấu. Nếu bạn có nồi chiên không khí nhỏ hơn, bạn có thể phải nấu theo mẻ.

41.Bí đao phong

THÀNH PHẦN:
- 1 quả bí ngô lớn, gọt vỏ, cắt đôi, bỏ hạt và cắt thành khối 1 inch
- 1 muỗng cà phê dầu ô liu nguyên chất hoặc dầu hạt cải
- 2 muỗng canh si-rô phong
- 1 muỗng cà phê quế xay
- 1/2 muỗng cà phê bạch đậu khấu xay
- 1/2 muỗng cà phê húng tây khô
- 1/2 muỗng cà phê muối biển

HƯỚNG DẪN:

a) Làm nóng nồi chiên không dầu ở nhiệt độ 390°F. Đặt bí vào một tô trộn lớn. Thêm dầu, xi-rô cây phong, quế, bạch đậu khấu, húng tây và muối rồi trộn đều để phủ bí.

b) Chuyển bí vào giỏ nồi chiên không khí. Nấu trong 20 phút hoặc cho đến khi chín vàng, lắc nửa thời gian nấu.

42.khoai tây chiên cải xoăn

THÀNH PHẦN:
- 8 chén cải xoăn có cuống
- 1 muỗng cà phê dầu hạt cải hoặc dầu ô liu nguyên chất
- 1 muỗng cà phê giấm gạo
- 1 thìa cà phê nước tương
- 2 muỗng canh men dinh dưỡng

HƯỚNG DẪN:

a) Rửa và để ráo cải xoăn. Chuyển nó vào một cái bát lớn. Xé cải xoăn thành miếng 2 inch. Tránh xé miếng quá nhỏ, vì một số nồi chiên không dầu, với luồng khí cưỡng bức mạnh, có thể kéo cải xoăn vào bộ phận làm nóng.

b) Thêm dầu, giấm, nước tương và men dinh dưỡng vào tô. Dùng tay massage đều cho tất cả nguyên liệu vào cải xoăn trong khoảng 2 phút.

c) Chuyển cải xoăn vào giỏ nồi chiên không dầu. Nấu ở 360°F trong 5 phút. Lắc giỏ. Tăng nhiệt lên 390°F và nấu thêm 5 đến 7 phút nữa.

43. Cà chua xanh rán

THÀNH PHẦN:
- 1/2 chén tinh bột khoai tây
- 1 chén bột đậu nành, chia
- 1/4 cốc sữa đậu nành
- 2 muỗng canh men dinh dưỡng
- 1/2 đến 1 muỗng cà phê nước sốt nóng
- 1/4 chén bột hạnh nhân
- 1/4 cốc vụn bánh mì panko
- 1 muỗng cà phê ớt bột xông khói
- 1 thìa cà phê muối biển
- 1/4 thìa cà phê tiêu đen
- 2 quả cà chua xanh hoặc cà chua gia truyền lớn, cắt thành lát dày 1/2 inch
- 2 đến 4 giọt dầu hạt cải

HƯỚNG DẪN:
a) Trong một đĩa nông, trộn tinh bột khoai tây và 1/2 chén bột đậu nành.
b) Trong đĩa cạn thứ hai, trộn sữa, men dinh dưỡng và nước sốt nóng.
c) Trong đĩa nông thứ ba, kết hợp 1/2 chén bột đậu nành còn lại, bột hạnh nhân, vụn bánh mì panko, ớt bột hun khói, muối và hạt tiêu.
d) Phủ cà chua trong hỗn hợp tinh bột khoai tây. Lắc sạch tinh bột dư thừa rồi nhúng cà chua vào hỗn hợp sữa để phủ đều. Lắc hết sữa thừa rồi nhúng cà chua vào hỗn hợp bột đậu nành đã nêm gia vị.
e) Xịt dầu vào giỏ nồi chiên không khí. Đặt càng nhiều cà chua vào giỏ nồi chiên không khí càng tốt. Rắc thêm dầu lên trên mặt cà chua.
f) Nấu ở nhiệt độ 320°F trong 3 phút. Lắc nhẹ giỏ nồi chiên không khí. Tăng nhiệt lên 400°F và nấu thêm 2 phút nữa.

44.cà tím Parmesan

THÀNH PHẦN:
- 1 quả cà tím vừa
- 1/2 chén bột mì đa dụng chưa tẩy trắng
- 1 quả trứng lanh hoặc tương đương Theo trái tim của bạn Trứng thuần chay hoặc Trứng thay thế Ener-G
- 1 1/2 chén vụn bánh mì panko
- 2 đến 4 giọt dầu ô liu nguyên chất
- 1/2 chén nước sốt marinara
- 1/2 chén phô mai Parmesan không sữa cắt nhỏ

HƯỚNG DẪN:
a) Rửa cà tím và lau khô. Cắt cà tím thành từng khoanh tròn 8 (dày 1/2 inch).
b) Thiết lập một trạm nạo vét gồm ba phần bằng cách sử dụng ba cái bát nông, với bột mì ở bát thứ nhất, trứng lanh ở bát thứ hai và vụn bánh mì panko ở bát thứ ba. Xịt dầu vào giỏ nồi chiên không khí.
c) Nhúng quả cà tím tròn vào bột mì, phủ đều. Nhúng cà tím tròn vào trứng lanh, sau đó nhúng vào vụn bánh mì panko. Lắc sạch vụn bánh mì thừa và đặt cà tím tròn vào giỏ chiên không khí. Lặp lại quá trình này với nhiều vòng cà tím hơn. Nếu bạn có phụ kiện giá đỡ, hãy đặt phụ kiện đó vào giỏ nồi chiên không khí và tiếp tục phủ các viên cà tím còn lại rồi đặt chúng lên giá. Nếu bạn có nồi chiên không khí nhỏ hơn hoặc không có giá đỡ để thêm mức nấu thứ hai, hãy chiên cà tím trong không khí thành 2 hoặc 3 mẻ. Rắc dầu ô liu lên trên mỗi quả cà tím. Nấu ở nhiệt độ 360°F trong 12 phút cho đến khi có màu vàng nâu.
d) Đun nóng nước sốt marinara trong chảo nhỏ trên lửa vừa.
e) Sau 12 phút, mở nồi chiên không dầu và thêm 1 thìa phô mai vào mỗi khoanh cà tím và nấu thêm 2 phút nữa. Để phục vụ, mỗi người hãy bày 3 khoanh cà tím vào đĩa nhỏ. Múc 2 thìa nước sốt marinara lên cà tím.

45.Rau Rán Hỗn Hợp

THÀNH PHẦN:
- 3 muỗng canh hạt lanh xay
- 1/2 cốc nước
- 2 củ khoai tây màu nâu đỏ vừa
- 2 chén rau trộn đông lạnh (cà rốt, đậu Hà Lan và ngô), rã đông và để ráo nước
- 1 chén đậu Hà Lan đông lạnh, rã đông và để ráo nước
- 1/2 chén hành tây thái nhỏ
- 1/4 chén ngò tươi thái nhỏ
- 1/2 chén bột mì đa dụng chưa tẩy trắng
- 1/2 muỗng cà phê muối biển
- Dầu ô liu nguyên chất để phun

HƯỚNG DẪN:
a) Trong một bát nhỏ, làm trứng lanh bằng cách trộn hạt lanh và nước bằng nĩa hoặc máy đánh trứng nhỏ.
b) Gọt vỏ khoai tây và cắt nhỏ cho vào tô. (Hoặc sử dụng lưỡi bào trong máy xay thực phẩm; nếu làm như vậy, hãy chuyển khoai tây đã cắt nhỏ trở lại tô.) Thêm rau đã trộn và hành tây vào khoai tây. Thêm ngò và trứng lanh vào rồi khuấy đều. Thêm bột mì và muối vào và trộn đều. Làm nóng nồi chiên không dầu ở nhiệt độ 360°F trong 3 phút.
c) Múc 1/3 cốc hỗn hợp khoai tây để tạo thành miếng chả. Lặp lại quá trình này cho đến khi tất cả hỗn hợp được sử dụng để làm bánh rán.
d) Rưới dầu vào bánh rán. Chuyển các món chiên vào giỏ nồi chiên không dầu (bạn có thể cần làm nhiều mẻ, tùy thuộc vào kích thước của nồi chiên không dầu của bạn). Nấu bánh rán trong 15 phút, lật nửa thời gian nấu.

46.Khoai tây chiên phô mai

THÀNH PHẦN:
NHỮNG QUẢ KHOAI TÂY
- 1 pound khoai tây giống
- 1 muỗng cà phê dầu ô liu nguyên chất
- 1 thìa cà phê muối kosher
- 1 thìa cà phê tiêu đen xay
- 1/2 thìa cà phê bột tỏi

SỐT PHÔ MAI
- 1/2 chén hạt điều thô
- 1/2 muỗng cà phê bột nghệ
- 1/2 thìa cà phê ớt bột
- 2 muỗng canh men dinh dưỡng
- 1 thìa nước cốt chanh tươi
- 2 muỗng canh đến 1/4 cốc nước

HƯỚNG DẪN:

a) Khoai tây: Làm nóng nồi chiên không khí ở nhiệt độ 400°F trong 3 phút. Rửa sạch khoai tây. Cắt khoai tây làm đôi theo chiều dọc và chuyển chúng vào tô lớn. Thêm dầu, muối, hạt tiêu và bột tỏi vào khoai tây. Quẳng vào áo khoác. Chuyển khoai tây vào nồi chiên không khí. Nấu trong 16 phút, lắc nửa thời gian nấu.

b) Sốt phô mai: Cho hạt điều, nghệ, ớt bột, men dinh dưỡng và nước cốt chanh vào máy xay tốc độ cao. Trộn ở tốc độ thấp, từ từ tăng tốc độ và thêm nước nếu cần. Hãy cẩn thận để tránh sử dụng quá nhiều nước, vì bạn muốn có độ đặc sệt và pho mát.

c) Chuyển khoai tây đã nấu chín vào chảo an toàn bằng nồi chiên không khí hoặc một mảnh giấy da. Rưới nước sốt phô mai lên miếng khoai tây. Đặt chảo vào nồi chiên không khí và nấu thêm 2 phút ở nhiệt độ 400°F.

47. Khoai tây Hasselback

THÀNH PHẦN:
- 2 củ khoai tây màu nâu đỏ vừa
- 2 giọt dầu ô liu nguyên chất
- 1/4 thìa cà phê muối biển
- 2 nhúm tiêu đen
- 1 thìa cà phê tỏi băm

HƯỚNG DẪN:

a) Rửa sạch khoai tây. Để cắt khoai tây, hãy đặt chúng xuống các mặt phẳng nhất của chúng trong một chiếc thìa lớn (để tránh bạn phải cắt hết khoai tây). Dùng một con dao sắc, cắt từ trên xuống cho đến khi dao Phục vụ: tiếp xúc với thìa. Thực hiện các lát khoai tây có kích thước 1/8 inch.

b) Rưới dầu lên khoai tây (hoặc phết nước luộc rau) rồi rắc một nửa muối và một nhúm hạt tiêu đen lên mỗi củ. Đặt khoai tây vào nồi chiên không dầu và nấu trong 20 phút ở nhiệt độ 390°F.

c) Lấy giỏ ra khỏi nồi chiên không khí và ấn 1/2 thìa cà phê tỏi vào giữa các lát khoai tây. Cho khoai tây trở lại nồi chiên không khí và nấu thêm 15 đến 20 phút nữa. (Tổng thời gian nấu khoảng 35 đến 40 phút; lâu hơn nếu sử dụng khoai tây lớn.)

48.poutine

THÀNH PHẦN:
- 3 củ khoai tây màu nâu đỏ vừa, cắt thành lát 1/4 inch và cắt lại thành dải 1/4 inch
- 1 muỗng cà phê dầu đậu phộng hoặc dầu hạt cải
- 2 chén nước sốt nấm đậu trắng hoặc nước sốt nấm Thái Bình Dương hoặc Imagine
- 1/2 chén phô mai Daiya Jalapeño Havarti Style Farmhouse Block hoặc phô mai Parmesan cắt nhỏ theo trái tim của bạn

HƯỚNG DẪN:
a) Rửa sạch khoai tây chiên trong nước lạnh. Ngâm trong 20 phút. Rửa sạch, để ráo nước và thấm khô khoai tây bằng khăn giấy. Chuyển khoai tây chiên vào tô lớn và trộn với dầu đậu phộng.
b) Đặt khoai tây chiên vào giỏ nồi chiên không khí và nấu trong 20 phút ở nhiệt độ 390°F, lắc nửa chừng trong thời gian nấu.
c) Trong khi đang nấu khoai tây chiên, hãy làm nước sốt.
d) Khi khoai tây chiên đã chín hoàn toàn, đặt chúng lên 4 đĩa phục vụ. Rắc 2 thìa phô mai và sau đó cho 1/2 cốc nước xốt lên mỗi khẩu phần.

49.khoai tây chiên

THÀNH PHẦN:
- 2 củ khoai lang trắng lớn, cắt thành lát 1/4 inch và cắt lại thành dải 1/4 inch
- 1/4 cốc bia thuần chay đen
- 1 muỗng cà phê miso đỏ
- 1 muỗng cà phê dầu hạt cải
- 1 muỗng canh đường nâu nhạt
- 1 muỗng cà phê quế xay
- 1/2 thìa cà phê thì là xay
- 1/2 muỗng cà phê muối biển

HƯỚNG DẪN:

a) Rửa sạch khoai tây chiên trong nước lạnh. Chuyển khoai tây chiên vào tô lớn. Trong một bát nhỏ, trộn bia, miso và dầu với nhau. Rưới hỗn hợp bia lên khoai tây chiên, đảo đều và để yên trong 20 phút.

b) Xả khoai tây chiên và cho chúng vào bát. Rắc đường nâu, quế, thì là và muối lên khoai tây chiên. Quăng cho đến khi được phủ tốt.

c) Nấu khoai tây chiên trong 15 đến 20 phút ở nhiệt độ 320°F cho đến khi có màu vàng nâu.

50.Khoai tây chiên vị umami

THÀNH PHẦN:
- 2 củ khoai tây màu nâu đỏ lớn, đã chà sạch
- 1/4 cốc nước nóng
- 1 muỗng canh Marmite hoặc Vegemite
- 1 muỗng canh giấm táo
- Cắt khoai tây thành lát 1/4 inch, sau đó cắt lát thành dải 1/4 inch.

HƯỚNG DẪN:
a) Chuyển khoai tây chiên vào chảo nướng nông hoặc khay nướng có viền.
b) Đổ nước vào máy xay.
c) Bật máy xay ở mức thấp và từ từ rưới Marmite vào.
d) Thêm giấm, tăng tốc độ máy xay lên cao và xay chỉ trong vài giây. Đổ hỗn hợp Marmite lên khoai tây chiên. Dùng kẹp đảo khoai tây chiên hoặc dùng tay để đảm bảo khoai tây chiên được phủ nước xốt.
e) Che và đặt sang một bên trong khoảng 15 phút.
f) Làm nóng nồi chiên không dầu ở nhiệt độ 360°F trong 3 phút. Xả khoai tây chiên và chuyển chúng vào nồi chiên không khí.
g) Nấu ở nhiệt độ 360°F trong 16 đến 20 phút, lắc nửa chừng trong thời gian nấu.

MÓN CHÍNH

51. Củ cải đường với cam Gremolata

THÀNH PHẦN:
- 3 củ cải vàng tươi vừa (khoảng 1 pound)
- 3 củ cải tươi vừa (khoảng 1 pound)
- 2 thìa nước cốt chanh
- 2 thìa nước cam
- 1/2 thìa cà phê muối biển mịn
- 1 muỗng canh mùi tây tươi băm nhỏ
- 1 muỗng canh cây xô thơm tươi băm nhỏ
- 1 tép tỏi, băm nhỏ
- 1 muỗng cà phê vỏ cam bào
- 2 muỗng canh hạt hướng dương

HƯỚNG DẪN:
a) Làm nóng nồi chiên không dầu ở nhiệt độ 400°.
b) Chà củ cải và cắt bớt phần ngọn 1 inch. Đặt củ cải lên một tờ giấy bạc dày gấp đôi (khoảng 24x12 inch). Gấp giấy bạc quanh củ cải, đậy kín.
c) Đặt từng lớp duy nhất lên khay trong giỏ nồi chiên không khí. Nấu cho đến khi mềm, 4555 phút. Mở giấy bạc cẩn thận để hơi nước thoát ra ngoài.
d) Khi đủ nguội để cầm, hãy gọt vỏ, cắt đôi và cắt củ cải; đặt vào một bát phục vụ. Thêm nước cốt chanh, nước cam và muối; quăng vào áo khoác. Kết hợp mùi tây, cây xô thơm, tỏi và vỏ cam; rắc lên củ cải. Top với hạt hướng dương. Phục vụ ấm hoặc ướp lạnh.

52.Cá hồi với rau chân vịt balsamic

THÀNH PHẦN:

- 3 muỗng cà phê dầu ô liu, chia
- 4 phi lê cá hồi (mỗi miếng 6 ounce)
- 11/2 thìa cà phê gia vị hải sản giảm natri
- 1/4 thìa cà phê tiêu
- 1 tép tỏi, thái lát
- Hạt tiêu đỏ nghiền nát
- 10 chén rau bina tươi (khoảng 10 ounce)
- 6 quả cà chua nhỏ, bỏ hạt và cắt thành 1/2 inch. miếng
- 1/2 chén giấm balsamic

HƯỚNG DẪN:

a) Làm nóng nồi chiên không dầu ở nhiệt độ 450°. Xoa 1 thìa dầu lên cả hai mặt của cá hồi; rắc gia vị hải sản và hạt tiêu.

b) Nếu cần, đặt cá hồi theo mẻ lên khay đã phết mỡ trong giỏ nồi chiên không dầu. Nấu cho đến khi cá bắt đầu bong ra dễ dàng bằng nĩa, 1012 phút.

c) Trong khi đó, cho phần dầu, tỏi và hạt tiêu còn lại vào thùng 6qt. kho dự trữ; đun trên lửa vừa thấp cho đến khi tỏi mềm trong 34 phút. Tăng nhiệt lên mức trung bình cao.

d) Thêm rau bina; nấu và khuấy cho đến khi héo, 34 phút. Khuấy cà chua; nhiệt xuyên qua. Chia đều 4 món ăn.

e) Trong một cái chảo nhỏ, đun sôi giấm. Nấu cho đến khi giấm giảm một nửa, 23 phút. Ngay lập tức loại bỏ khỏi nhiệt.

f) Để phục vụ, đặt cá hồi lên trên hỗn hợp rau bina. Rưới men balsamic.

53.Patty Pan chiên tỏi thảo mộc

THÀNH PHẦN:
- 5 chén bí đao nhỏ cắt đôi (khoảng 11/4 pound)
- 1 muỗng canh dầu ô liu
- 2 tép tỏi, băm nhỏ
- 1/2 thìa cà phê muối
- 1/4 thìa cà phê lá oregano khô
- 1/4 thìa cà phê húng tây khô
- 1/4 thìa cà phê tiêu
- 1 muỗng canh mùi tây tươi băm nhỏ

HƯỚNG DẪN:

a) Làm nóng nồi chiên không dầu ở nhiệt độ 375°. Đặt bí vào một cái bát lớn. Trộn dầu, tỏi, muối, lá oregano, húng tây và hạt tiêu; mưa phùn trên bí.

b) Quẳng vào áo khoác. Đặt bí lên khay đã phết mỡ trong giỏ nồi chiên không khí. Nấu cho đến khi mềm, 1015 phút, thỉnh thoảng khuấy.

c) Rắc rau mùi tây.

54. Bít tết nấm

THÀNH PHẦN:
- 4 cây nấm Portobello lớn
- 23 muỗng canh dầu ô liu
- 2 muỗng cà phê nước tương tamari
- 1 thìa cà phê tỏi xay nhuyễn
- muối để nếm

HƯỚNG DẪN:
a) Làm nóng nồi chiên không dầu ở nhiệt độ 350F / 180C.
b) Làm sạch nấm bằng vải ẩm hoặc bàn chải và cắt bỏ cuống.
c) Trộn dầu ô liu, nước tương tamari, tỏi xay nhuyễn và muối vào tô.
d) Thêm nấm vào và trộn cho đến khi phủ đều. Bạn cũng có thể dùng cọ để phủ hỗn hợp lên nấm. Bạn có thể nấu ngay hoặc để nấm nghỉ 10 phút trước khi nấu.
e) Thêm nấm vào giỏ nồi chiên không dầu và nấu trong 810 phút.
f) Phục vụ Nấm Air Fryer tỏi với một số loại rau xà lách.

55. Nước sốt nấm đậu trắng

THÀNH PHẦN:
- 1/4 cốc bơ không sữa
- 3 tép tỏi, thái nhỏ
- 1/2 chén hành tây vàng thái nhỏ
- 1 chén nấm hương thái nhỏ
- 1/8 muỗng cà phê cây xô thơm khô
- 1/8 muỗng cà phê hương thảo khô
- 1/8 muỗng cà phê tiêu đen xay
- 1 1/4 chén nước luộc rau
- 1/4 chén nước tương ít natri
- 1 (15 ounce) lon đậu trắng, để ráo nước và rửa sạch
- 1/8 đến 1/4 chén mảnh men dinh dưỡng

HƯỚNG DẪN:

a) Đun nóng bơ trong chảo nhỏ trên lửa vừa cao. Thêm tỏi và hành tây vào xào cho đến khi hành tây trong suốt. Thêm nấm, cây xô thơm, hương thảo và hạt tiêu. Trộn đều. Khuấy nước dùng và nước tương. Mang hỗn hợp trên vào đun sôi.

b) Thêm đậu. Sử dụng máy xay ngâm trong nồi để trộn nước sốt trong 20 đến 30 giây hoặc cho đến khi mịn. Ngoài ra, bạn có thể chuyển nước xốt vào máy xay và xay cho đến khi mịn, sau đó cho nước xốt trở lại nồi sau khi xay.

c) Đậy nắp chảo, giảm lửa vừa và nấu trong 5 phút, thỉnh thoảng khuấy. Thêm men dinh dưỡng vào, khuấy đều, sau đó đậy nắp nồi và đun nhỏ lửa thêm 5 phút, khuấy đều nếu cần.

56. Cải xoăn và khoai tây cốm

THÀNH PHẦN:
- 2 chén khoai tây thái nhỏ
- 1 muỗng cà phê dầu ô liu nguyên chất hoặc dầu hạt cải
- 1 tép tỏi, băm nhỏ
- 4 chén cải xoăn cắt nhỏ được đóng gói lỏng lẻo
- 1/8 cốc sữa hạnh nhân
- 1/4 thìa cà phê muối biển
- 1/8 muỗng cà phê tiêu đen xay
- Xịt dầu thực vật, khi cần thiết

HƯỚNG DẪN:

a) Cho khoai tây vào nồi nước sôi lớn. Nấu cho đến khi mềm, khoảng 30 phút.

b) Trong chảo lớn, đun nóng dầu trên lửa vừa cao. Thêm tỏi và xào cho đến khi vàng nâu. Thêm cải xoăn và xào trong 2 đến 3 phút. Chuyển đến một bát lớn.

c) Xả khoai tây đã nấu chín và chuyển chúng vào tô vừa. Thêm sữa, muối, hạt tiêu và nghiền bằng nĩa hoặc máy nghiền khoai tây. Chuyển khoai tây vào tô lớn và kết hợp với cải xoăn đã nấu chín.

d) Làm nóng trước nồi chiên không dầu ở nhiệt độ 390°F trong 5 phút.

e) Cuộn hỗn hợp khoai tây và cải xoăn thành từng miếng dài 1 inch. Xịt dầu thực vật vào giỏ nồi chiên không khí. Đặt cốm vào nồi chiên không khí và nấu trong 12 đến 15 phút, cho đến khi có màu vàng nâu, lắc trong 6 phút.

57.Đậu hủ chiên cơ bản

THÀNH PHẦN:
- 1 (14-ounce) gói đậu phụ cứng, đông lạnh, rã đông, để ráo nước và ép
- 1 muỗng cà phê dầu mè
- 1/4 chén nước tương ít natri hoặc tamari
- 2 muỗng canh giấm gạo
- 2 muỗng cà phê gừng xay, chia
- 2 thìa cà phê bột bắp hoặc bột khoai tây
- 1 thìa cà phê bột đậu xanh hoặc bột gạo lứt

HƯỚNG DẪN:
a) Cắt khối đậu phụ thành 12 khối và chuyển chúng vào hộp kín.
b) Trong một bát nhỏ, trộn đều dầu, nước tương, giấm và 1 thìa cà phê gừng. Đổ hỗn hợp dầu lên đậu phụ đã cắt khối, đậy nắp hộp và cho vào tủ lạnh để ướp ít nhất 1 giờ (lý tưởng nhất là 8 giờ).
c) Để ráo đậu phụ đã ướp và chuyển vào tô vừa. Trong một bát nhỏ, trộn bột ngô, bột đậu xanh và 1 thìa cà phê gừng còn lại. Rắc hỗn hợp bột bắp lên đậu phụ đã ráo nước và dùng kẹp đảo nhẹ nhàng, phủ đều các miếng đậu phụ.
d) Chuyển đậu phụ vào nồi chiên không khí. Nấu ở 350°F trong 20 phút. Lắc sau 10 phút.

58.Đậu hũ Mông Cổ

THÀNH PHẦN:
- Đậu hủ chiên cơ bản
- 1/4 chén nước tương ít natri
- 1/4 cốc nước
- 1/8 cốc đường
- 3 tép tỏi, băm nhỏ
- 1/4 thìa cà phê gừng xay

HƯỚNG DẪN:

a) Trong khi nấu đậu phụ trong nồi chiên không dầu, trộn nước tương, nước, đường, tỏi và gừng vào chảo trên lửa vừa cao. Đun sôi nhẹ hỗn hợp, sau đó giảm nhiệt xuống thấp và đun nhỏ lửa, thỉnh thoảng khuấy.

b) Khi đậu phụ chín, chuyển đậu phụ vào chảo, nhẹ nhàng gấp đậu phụ vào nước sốt cho đến khi phủ đều các miếng đậu phụ. Đậy nắp và đun nhỏ lửa trong khoảng 5 phút (hoặc cho đến khi đậu phụ ngấm nước sốt).

59. Đậu Hủ Vừng

THÀNH PHẦN:
- 1 (14-ounce) gói đậu phụ cứng, đông lạnh, rã đông, để ráo nước và ép
- 1/4 chén tamari hoặc nước tương
- 1/8 chén giấm gạo
- 1/8 cốc mirin (xem ghi chú)
- 2 thìa cà phê dầu mè
- 2 muỗng cà phê xi-rô cây thùa nhạt hoặc đậm hoặc mật ong thuần chay
- 2 thìa cà phê tỏi băm
- 1 muỗng cà phê gừng tươi xay
- 1 đến 2 giọt dầu hạt cải
- 2 muỗng canh hạt vừng đen
- 2 muỗng canh hạt vừng trắng
- 1 thìa cà phê tinh bột khoai tây

HƯỚNG DẪN:
a) Đặt đậu phụ vào hộp kín có kích thước bằng khối đậu phụ sao cho nước xốt bao phủ hoàn toàn. Trong một bát nhỏ, trộn tamari, giấm, mirin, dầu mè, cây thùa, tỏi và gừng. Đổ nước xốt lên đậu phụ, đậy nắp hộp và để trong tủ lạnh từ 1 đến 8 giờ (càng lâu càng tốt).

b) Lấy đậu phụ ra khỏi hộp và cắt làm đôi theo chiều dọc. Sau đó cắt đôi mỗi nửa theo chiều dọc để tạo thành 4 miếng đậu phụ bít tết. Chà xát cả hai mặt của từng miếng trong nước xốt.

c) Rưới dầu hạt cải vào giỏ nồi chiên không khí. Làm nóng trước nồi chiên không dầu ở nhiệt độ 390°F trong 3 phút.

d) Rắc mè đen, mè trắng và tinh bột khoai tây lên đĩa lớn. Kết hợp tốt. Ấn miếng đậu phụ vào hạt, lật lại và ấn mặt còn lại của đậu phụ vào hạt. Đặt đậu phụ vào giỏ nồi chiên không khí và nhẹ nhàng vỗ hạt lên trên đậu phụ vào đúng vị trí. Thêm nhiều hạt hơn, nếu cần, nhẹ nhàng vỗ chúng vào đậu phụ. Đặt miếng đậu phụ sang một bên trên đĩa.

e) Rắc thêm dầu hạt cải lên trên mặt đậu phụ. Nấu ở nhiệt độ 390°F trong 15 phút. Sau khoảng 7 phút, dùng kẹp nhẹ nhàng kiểm tra xem đậu đã hết dính chưa. (Đừng lật đậu phụ!)

60.Sambal Goreng Tempeh

THÀNH PHẦN:
- 8 ounce tempeh, cắt thành 12 khối bằng nhau
- 2 cốc nước ấm
- 2 thìa cà phê muối biển
- 1/2 muỗng cà phê bột nghệ
- 1 muỗng cà phê dầu canola hoặc dầu bơ
- 2 thìa cà phê nước sốt Tofuna Fysh hoặc 1 thìa cà phê nước tương ít natri
- trộn với 1/4 muỗng cà phê mảnh dulse
- 4 tép tỏi
- 1/2 chén hành tây thái nhỏ
- 1 thìa cà phê tương ớt tỏi
- 1 thìa cà phê bột me
- 2 muỗng canh bột cà chua
- 2 muỗng canh nước
- 2 muỗng cà phê nước sốt ponzu

HƯỚNG DẪN:
a) Đặt tempeh vào tô vừa. Trong một cốc đo cỡ vừa, trộn nước ấm và muối rồi đổ lên tempeh. Để tempeh ngâm trong 5 đến 10 phút.

b) Xả sạch tempeh và cho vào bát. Thêm bột nghệ, dầu và Nước sốt Tofuna Fysh, dùng kẹp trộn đều để bột ngấm đều.

c) Chuyển các khối tempeh vào giỏ nồi chiên không khí. Nấu ở 320°F trong 10 phút. Lắc giỏ nồi chiên không dầu, tăng nhiệt lên 400°F và nấu thêm 5 phút.

d) Trong khi tempeh đang ở trong nồi chiên không dầu, cho tỏi, hành tây, tương tỏi ớt, tương me, tương cà chua, nước và sốt ponzu vào máy xay thực phẩm và xay trong 20 đến 30 giây. Chuyển hỗn hợp này vào nồi vừa và đun sôi nhanh ở lửa vừa cao. Đậy nước sốt, giảm nhiệt xuống thấp và đun nhỏ lửa trong 10 phút.

e) Chuyển tempeh đã nấu chín vào chảo và dùng thìa hoặc kẹp nhúng vào nước sốt để tráng đều từng miếng. Đậy nắp và đun nhỏ lửa trong 5 phút.

61.Tempeh Kabob

THÀNH PHẦN:

- 8 ounce tempeh
- 3/4 chén nước luộc rau có hàm lượng natri thấp
- Nước ép của 2 quả chanh
- 1/4 chén tamari hoặc nước tương có hàm lượng natri thấp
- 2 muỗng cà phê dầu ô liu nguyên chất
- 1 muỗng cà phê xi-rô phong hoặc xi-rô cây thùa đen
- 2 thìa cà phê thì là xay
- 1 thìa cà phê bột nghệ
- 1/2 thìa cà phê tiêu đen xay
- 3 tép tỏi, băm nhỏ
- 1 củ hành đỏ vừa, cắt làm tư
- 1 quả ớt chuông xanh nhỏ, thái lát mỏng
- 1 chén nấm nút thái lát, có cuống
- 1 cốc cà chua bi cắt đôi

HƯỚNG DẪN:

a) Hấp tempeh trong 10 phút trong chảo trên bếp. Ngoài ra, hãy hấp tempeh trong 1 phút ở áp suất thấp trong Nồi ăn liền hoặc nồi áp suất; sử dụng một bản phát hành nhanh chóng. Kết hợp nước dùng, nước cốt chanh, tamari, dầu, xi-rô cây thích, thì là, nghệ, tiêu và tỏi trong một tô vừa. Để qua một bên.

b) Cắt tempeh thành 12 khối. Chuyển chúng vào hộp kín. Đặt rau vào hộp kín thứ hai. Đổ một nửa nước xốt lên tempeh và một nửa lên rau. Đậy cả hai và để lạnh trong 2 giờ (hoặc qua đêm). Để ráo tempeh và rau, để dành nước xốt.

c) Xiên 4 miếng tempeh xen kẽ với các loại rau vào xiên để làm món kabob. Lặp lại quá trình này để tạo thêm 3 kabob nữa. Đặt kabob vào giỏ nồi chiên không khí hoặc trên phụ kiện giá đỡ. (Nếu bạn đang sử dụng nồi chiên không khí nhỏ hơn, bạn có thể phải nấu thành hai mẻ.) Nấu ở nhiệt độ 390°F trong 5 phút. Xoay các miếng kabob và rưới nước xốt còn lại lên chúng. Nấu thêm 5 phút nữa.

62.Đậu khổng lồ nướng

THÀNH PHẦN:
- 1 1/2 chén đậu bơ nấu chín hoặc đóng hộp hoặc đậu Bắc tuyệt vời, rửa sạch và để ráo nước
- 1 muỗng cà phê dầu ô liu nguyên chất hoặc dầu hạt cải
- 1 củ hành tây nhỏ, cắt thành lát hình bán nguyệt dày 1/8 inch
- 1 tép tỏi, băm nhỏ
- 1 (8 ounce) lon nước sốt cà chua
- 1 muỗng canh mùi tây tươi thái nhỏ
- 1/2 thìa cà phê lá oregano khô
- 1/2 muỗng cà phê nước dùng gà thuần chay hoặc muối (tùy chọn)
- 1/4 thìa cà phê tiêu đen mới xay

HƯỚNG DẪN:
a) Đặt đậu vào đĩa hoặc chảo hầm an toàn bằng nồi chiên không dầu.
b) Đun nóng dầu trong chảo vừa ở lửa vừa cao. Thêm hành tây và tỏi và xào trong 5 phút. Thêm nước sốt cà chua, rau mùi tây, lá oregano và hạt nước dùng. Đun sôi hỗn hợp, đậy nắp chảo, giảm nhiệt xuống thấp và đun nhỏ lửa trong 3 phút.
c) Làm nóng nồi chiên không dầu ở nhiệt độ 360°F trong 3 phút. Đổ hỗn hợp cà chua lên đậu và trộn đều. Rắc hạt tiêu lên đậu. Đặt đậu vào giỏ nồi chiên không dầu. Nấu ở 360°F trong 8 phút.

63. Pizza cá nhân

THÀNH PHẦN:
- 4 ounce bột bánh pizza làm sẵn hoặc bột bánh pizza thuần chay mua ở cửa hàng
- 2 giọt dầu ô liu nguyên chất
- 1/3 chén nước sốt pizza
- 1/3 chén phô mai mozzarella cắt nhỏ không sữa, chia đôi
- 1/2 củ hành tây, cắt thành lát hình bán nguyệt dày 1/8 inch
- 1/4 chén nấm thái lát
- 2 đến 3 quả ô liu đen hoặc xanh, bỏ hạt và thái lát
- 4 lá húng quế tươi

HƯỚNG DẪN:

a) Đặt bột bánh pizza lên một bề mặt đã phủ một lớp bột mì nhẹ và cán bột hoặc dùng tay ấn bột xuống (lưu ý kích thước của giỏ nồi chiên không khí của bạn để đảm bảo nó vừa vặn). Rưới dầu lên bột và đặt mặt bột đã phết dầu xuống dưới vào giỏ chiên không khí. Nấu ở nhiệt độ 390°F trong 4 đến 5 phút.

b) Sau khi bột đã chín trước, hãy mở nồi chiên không khí — hãy cẩn thận vì giỏ còn nóng — và phết nước sốt lên bột. Rắc một nửa phô mai lên nước sốt. Thêm hành tây, nấm, ô liu và húng quế. Rắc phần phô mai còn lại lên trên bề mặt.

c) Nấu ở nhiệt độ 390°F trong 6 phút (hoặc 7 đến 8 phút đối với lớp vỏ rất giòn).

d) Dùng thìa để lấy bánh pizza ra khỏi nồi chiên không dầu.

64. Xúc Xích Chiên

THÀNH PHẦN:
- 4 xúc xích thuần chay
- 2 thìa cà phê bơ không sữa
- 4 bánh mì xúc xích Pretzel hoặc bánh mì xúc xích thuần chay mua tại cửa hàng

HƯỚNG DẪN:

a) Cắt xúc xích theo chiều dọc mà không cắt xuyên suốt. Trải xúc xích ra phẳng, cắt mặt lên. Phết 1/2 thìa cà phê bơ lên mỗi chiếc xúc xích.

b) Đặt xúc xích đã phết bơ úp xuống vào nồi chiên không dầu. Nấu ở nhiệt độ 390°F trong 3 phút. Loại bỏ và đặt sang một bên.

c) Đặt bánh xúc xích vào nồi chiên không dầu và đun nóng ở nhiệt độ 400°F trong 1 phút để nướng nhẹ chúng. Phục vụ xúc xích trong bánh với các loại gia vị yêu thích của bạn.

65.Chó Ngô

THÀNH PHẦN:
- 1/2 chén bột ngô
- 1/2 chén bột mì đa dụng chưa tẩy trắng
- 2 muỗng canh đường cát
- 1 thìa cà phê bột nở
- 1/2 thìa cà phê ớt bột
- 1/2 thìa cà phê mù tạt xay
- 1/4 thìa cà phê muối
- 1/8 thìa cà phê tiêu đen
- 1/2 cốc nước đá lạnh
- 2 muỗng canh Theo trái tim của bạn VeganTrứng
- 1/2 cốc sữa đậu nành
- 6 xúc xích thuần chay

HƯỚNG DẪN:

a) Trong một tô lớn, trộn bột ngô, bột mì, đường, bột nở, ớt bột, mù tạt, muối và tiêu.

b) Trong một bát nhỏ, trộn nước và VeganEgg với nhau. Thêm sữa và kết hợp tốt. Từ từ cho hỗn hợp nước vào hỗn hợp bột ngô, trộn đều để tạo thành hỗn hợp mịn. Đổ bột vào bình thủy tinh cao hoặc ly uống nước. Làm nóng trước nồi chiên không dầu ở nhiệt độ 390°F trong 5 phút.

c) Trải 6 mảnh giấy da (3 x 5 inch) (đủ lớn để cuộn từng miếng bánh ngô đã tẩm bột).

d) Đặt 1 chiếc xúc xích lên que gỗ và nhúng vào bột.

e) Đặt con chó ngô lên một hình vuông bằng giấy da và cuộn chiếc xúc xích đã được tẩm bột lại. Lặp lại quá trình này với những chiếc xúc xích còn lại. Cái cuối cùng có thể lộn xộn; nếu cần, đặt nó lên đĩa và cạo phần bột còn lại ra khỏi lọ thủy tinh rồi chà xát bột lên xúc xích trước khi cuộn lại trong giấy da.

f) Đặt những miếng bánh ngô đã gói vào một túi cấp đông lớn, đặt phẳng trong ngăn đá. Làm lạnh trong ngăn đá tủ lạnh tối thiểu 2 giờ.

g) Lấy những miếng bánh ngô đã tẩm bột ra khỏi tủ đông và mở gói chúng ra. Đặt một mảnh giấy da lên giỏ nồi chiên không khí (đủ để che đáy nhưng không có giấy thừa phía trên đáy giỏ). Đặt những con chó ngô lên giấy da.

h) Bạn có thể phải thực hiện việc này theo đợt tùy thuộc vào kích thước của nồi chiên không dầu; nếu vậy, hãy để phần ngô còn lại trong tủ đông cho đến khi bạn sẵn sàng sử dụng chúng. Nấu ở nhiệt độ 390°F trong 12 phút.

66. Khoai tây nướng nhồi

THÀNH PHẦN:
- 2 củ khoai tây màu nâu đỏ vừa, đã chà sạch
- 1 chén ớt hoặc món hầm tự làm còn sót lại hoặc 1 (15 ounce) lon ớt hoặc món hầm thuần chay
- 1/2 chén phô mai cheddar hoặc mozzarella cắt nhỏ không sữa
- 1/4 cốc kem chua không sữa
- 2 thìa hẹ thái nhỏ

HƯỚNG DẪN:
a) Dùng nĩa đâm xuyên khoai tây và xếp chúng vào giỏ nồi chiên không khí. Nấu ở nhiệt độ 390°F trong 30 phút.
b) Đun nóng ớt trên bếp hoặc trong lò vi sóng cho đến khi ớt nóng.
c) Cẩn thận lấy khoai tây ra khỏi giỏ và cắt chúng theo chiều dọc mà không cắt hết. Múc 1/2 chén ớt cay vào mỗi củ khoai tây. Thêm 1/4 cốc phô mai lên trên mỗi củ khoai tây.
d) Cho khoai tây trở lại nồi chiên không dầu và tiếp tục nấu ở nhiệt độ 390°F trong thời gian từ 5 đến 10 phút nữa. Ăn kèm khoai tây với một ít kem chua và lá hẹ.

67. Đậu xanh chiên và thịt xông khói

THÀNH PHẦN:
- 6 ounce thịt xông khói Tempeh hoặc thịt xông khói thuần chay mua ở cửa hàng
- 1 thìa cà phê Vegan Magic hoặc DIY "Vegan Magic"
- 1 thìa cà phê đường cát
- 12 ounce đậu xanh tươi (đậu xanh kiểu Pháp)

HƯỚNG DẪN:
a) Đặt thịt xông khói vào giỏ nồi chiên không khí. Nấu ở nhiệt độ 390°F trong 5 phút.
b) Trong một chiếc chảo an toàn dành cho nồi chiên không khí, kết hợp Vegan Magic và đường. Thêm các câu haricots và dùng kẹp quăng chúng để phủ chúng trong hỗn hợp Vegan Magic.
c) Lấy thịt xông khói ra khỏi giỏ nồi chiên không khí. Cẩn thận cắt thịt xông khói. Thêm thịt xông khói vào chảo và trộn với đậu Hà Lan.
d) Nấu ở nhiệt độ 390°F trong 4 phút.

68. Mỳ ý nướng

THÀNH PHẦN:
- Spaghetti mỏng 4 ounce
- 1 muỗng cà phê dầu ô liu nguyên chất
- 8 ounce thịt bò thuần chay vụn
- 1/4 chén hành tây thái nhỏ
- 2 tép tỏi, băm nhỏ
- 1 thìa cà phê lá oregano khô
- 1 muỗng cà phê húng quế khô
- 1 đến 2 giọt dầu ô liu nguyên chất
- 1 lọ nước sốt marinara (15 ounce)
- 1 cốc phô mai mozzarella cắt nhỏ không dùng sữa

HƯỚNG DẪN:

a) Nấu mì spaghetti trong một nồi nước sôi lớn cho đến khi chín đều, khoảng 8 phút. Xả và đặt sang một bên.

b) Đun nóng dầu trong chảo lớn trên lửa nhỏ. Thêm vụn bánh mì, hành tây, tỏi, lá oregano và húng quế. Xào cho đến khi các mảnh vụn được đun nóng từ 5 đến 7 phút.

c) Rắc một đĩa an toàn với nồi chiên không khí vừa với dầu vào nồi chiên không khí. Chuyển một nửa spaghetti vào món ăn. Thêm một nửa số vụn bánh mì, một nửa nước sốt marinara và một nửa phô mai. Thêm spaghetti còn lại, vụn còn lại, một lớp nước sốt marinara khác và phô mai còn lại. Nấu ở 350°F trong 15 phút.

69.viên thịt

THÀNH PHẦN:

- 1/2 chén TVP khô
- 1/2 chén nước luộc rau
- 1 1/2 chén đậu cannellini nấu chín (hoặc đóng hộp), để ráo nước và rửa sạch
- 1/4 chén hạt lanh xay
- 2 muỗng canh hạt vừng
- 2 thìa bột đậu xanh
- 1 thìa cà phê muối biển
- 2 muỗng canh men dinh dưỡng
- 1 muỗng cà phê húng quế khô
- 1 muỗng cà phê húng tây khô
- 1 muỗng cà phê nước sốt nóng
- 1 đến 2 giọt dầu hạt cải

HƯỚNG DẪN:

a) Đặt TVP vào tô vừa và đổ nước dùng lên trên. Để TVP bù nước trong 10 phút. Chuyển TVP vào máy xay thực phẩm và thêm đậu, hạt lanh, hạt vừng, bột mì, muối, men dinh dưỡng, húng quế, húng tây và nước sốt nóng. Xay cho đến khi các thành phần tạo thành một khối đặc như bột nhào.

b) Tạo hình thịt viên bằng cách múc khoảng 2 thìa hỗn hợp TVP rồi lăn trong lòng bàn tay.

c) Xịt dầu vào giỏ nồi chiên không khí. Đặt thịt viên vào giỏ (bạn có thể phải nấu nhiều mẻ, tùy thuộc vào kích cỡ nồi chiên không dầu của bạn).

d) Nấu ở nhiệt độ 360°F trong 10 đến 12 phút, lắc nửa chừng trong thời gian nấu.

70. Seitan nướng kiểu gà con

THÀNH PHẦN:
- 1 cốc hỗn hợp Seitan khô
- 3/4 chén nước luộc gà thuần chay
- 1 muỗng canh tamari ít natri
- 1/2 muỗng cà phê dầu hạt cải
- 1/2 thìa cà phê mật mía
- 1 đến 2 lần xịt dầu thực vật

HƯỚNG DẪN:
a) Đổ hỗn hợp seitan khô vào tô trộn đứng.
b) Trong một bát nhỏ, trộn nước dùng, tamari, dầu hạt cải và mật đường.
c) Lắp máy trộn đứng vào móc bột và vặn máy trộn ở mức thấp. Từ từ thêm hỗn hợp nước dùng vào hỗn hợp seitan khô. Tăng tốc độ của máy trộn đứng lên cao và nhào mì căn trong 5 phút.
d) Mỡ chảo nướng 7 inch với 1 đến 2 giọt dầu thực vật. Nhấn seitan vào chảo. (Nếu cái này quá lớn so với nồi chiên không khí của bạn, hãy tìm một chiếc chảo an toàn có kích thước phù hợp với lò nướng. Bạn có thể phải nấu seitan thành hai mẻ.) Dùng giấy bạc đậy chảo nướng.
e) Đặt chảo vào nồi chiên không khí. Nấu ở 350°F trong 10 phút. Lấy chảo ra khỏi nồi chiên không khí, mở nắp, dùng thìa lật mì căn và đậy nắp lại. Nấu lâu hơn 10 phút.

71. Hỗn hợp mì căn khô

THÀNH PHẦN:
- 3 chén gluten lúa mì quan trọng
- 1/2 chén bột đậu xanh
- 1/4 cốc men dinh dưỡng
- 4 thìa cà phê gia vị gà thuần chay
- 1 thìa cà phê bột tỏi
- 1 thìa cà phê tiêu đen mới xay

HƯỚNG DẪN:

a) Kết hợp gluten, bột mì, men dinh dưỡng, gia vị gà, bột tỏi và hạt tiêu vào tô lớn.

b) Chuyển hỗn hợp vào hộp kín, chẳng hạn như lọ thủy tinh lớn và bảo quản trong tủ lạnh tối đa 3 tháng.

72. Bít tết gà rán

THÀNH PHẦN:
- 1 cốc hỗn hợp Seitan khô
- 3/4 chén nước luộc gà thuần chay
- 1 muỗng canh tamari ít natri
- 1/2 muỗng cà phê dầu hạt cải
- 1/2 thìa cà phê mật mía
- 1 đến 2 giọt dầu thực vật
- 1/2 cốc sữa đậu nành hoặc sữa không sữa khác
- 3 muỗng canh nước sốt thịt nướng
- 3 thìa bột đậu xanh
- 1 chén bột mì đa dụng chưa tẩy trắng
- 1/4 cốc men dinh dưỡng
- 2 thìa bột ngô
- 1 thìa cà phê bột tỏi
- 1/2 muỗng cà phê muối biển
- 1/4 thìa cà phê tiêu đen

HƯỚNG DẪN:

a) Đổ hỗn hợp seitan khô vào tô trộn đứng.

b) Trong một bát nhỏ, trộn nước dùng, tamari, dầu hạt cải và mật đường.

c) Lắp máy trộn đứng vào móc bột và vặn máy trộn ở mức thấp. Từ từ thêm hỗn hợp nước dùng vào hỗn hợp seitan khô. Tăng tốc độ máy trộn lên cao và nhào bột căn trong 5 phút.

d) Xịt một đến 2 bình xịt dầu thực vật vào chảo nướng 7 x 7 x 3 inch. Nhấn seitan vào chảo đã chuẩn bị. (Nếu chảo có kích thước này quá lớn so với nồi chiên không khí của bạn, hãy tìm một chiếc chảo có kích thước phù hợp cho lò nướng. Bạn có thể phải nấu mì căn thành hai mẻ.) Dùng giấy bạc đậy kín chảo nướng.

e) Đặt chảo vào nồi chiên không khí. Nấu ở 350°F trong 10 phút. Lấy chảo ra khỏi nồi chiên không khí, mở nắp, dùng thìa lật mì căn và đậy nắp lại. Nấu lâu hơn 10 phút. Lấy seitan ra khỏi nồi chiên không khí và đặt sang một bên.

f) Trong một tô vừa, trộn sữa, nước sốt thịt nướng và bột đậu xanh vào tô vừa.

g) Trong một bát nhỏ, trộn bột mì đa dụng, men dinh dưỡng, bột ngô, bột tỏi, muối và hạt tiêu. Chuyển một nửa hỗn hợp bột mì đa dụng vào hộp kín và một nửa vào đĩa cạn để nạo.

h) Làm nóng trước nồi chiên không dầu ở nhiệt độ 370°F trong 3 phút. Khi mì căn đủ nguội để chạm vào, hãy cắt nó thành 4 miếng.

i) Nhúng từng miếng seitan vào hỗn hợp sữa. Sau đó lăn mì căn qua hỗn hợp bột mì đa dụng. Nếu cần, hãy thêm hỗn hợp bột mì đa dụng từ hộp kín (nếu không, hãy bảo quản hỗn hợp bột mì đa dụng còn lại trong tủ lạnh để sử dụng sau này). Đừng vứt bỏ hỗn hợp sữa sau khi tất cả các miếng seitan đã được đập nát.

j) Nấu mì căn đã tẩm bột ở nhiệt độ 370°F trong 2 phút. Dùng kẹp lật miếng seitan lại và nấu thêm 2 phút nữa. Lấy bít tết đã chiên chik'n ra khỏi nồi chiên không khí và nhúng chúng lại vào hỗn hợp sữa còn lại, lật chúng để phủ cả hai mặt.

k) Cho bít tết đã chiên chik'n vào nồi chiên không khí và nấu thêm 3 phút nữa.

73. Bánh gà nồi

THÀNH PHẦN:
- Bột bánh quy chiên hoặc một ống (16 ounce) bánh quy thuần chay làm sẵn
- 1 muỗng cà phê dầu ô liu nguyên chất (tùy chọn)
- 2 tép tỏi, băm nhỏ
- 1 chén hành tây thái nhỏ
- 1/2 chén cà rốt thái nhỏ
- 1/2 chén cần tây thái nhỏ
- 1 muỗng cà phê húng tây khô
- 1/2 muỗng cà phê muối biển
- 1/4 thìa cà phê tiêu đen
- 4 ounce thịt gà thuần chay, rã đông nếu đông lạnh
- 1 cốc nước sốt nấm đậu trắng hoặc nhãn hiệu Pacific hoặc nước sốt nấm thuần chay nhãn hiệu Imagine

HƯỚNG DẪN:

a) Chuẩn bị một nửa số bột bánh quy và đặt sang một bên (không nướng).
b) Đun nóng dầu trong chảo lớn trên lửa vừa. Thêm tỏi, hành tây, cà rốt, cần tây, húng tây, muối và tiêu vào nấu trong 5 đến 8 phút cho đến khi cà rốt mềm và hơi giòn.
c) Cắt thô các dải thịt gà và thêm chúng vào chảo. Đổ nước xốt vào chảo, khuấy đều và đun sôi hỗn hợp. Đậy nắp, giảm nhiệt xuống thấp và đun nhỏ lửa trong 10 phút.
d) Chia hỗn hợp bánh nồi vào 2 khuôn ramekin (đường kính 5 inch) hoặc chảo nướng.
e) Làm nóng trước nồi chiên không dầu ở nhiệt độ 360° trong 5 phút. Nếu bạn dùng bột bánh quy chiên, hãy chia bột làm đôi. Dùng tay ấn dẹt 2 miếng bột để phủ lên từng chiếc ramekin. Nếu sử dụng bánh quy mua tại cửa hàng, Thành phần có tổng cộng 4 chiếc bánh quy. Dùng tay kết hợp 2 chiếc bánh quy và cán phẳng chúng thành bột để phủ lên khuôn ramekin. Lặp lại quá trình này để tạo miếng bột thứ hai cho chiếc ramekin còn lại.
f) Lấy một nửa miếng bột bánh quy và phủ lên một chiếc ramekin. Gấp bột xung quanh mép ramekin để bao phủ hoàn toàn hỗn hợp bánh nồi. Lặp lại quá trình này với nửa còn lại của bột bánh quy và ramekin còn lại.
g) Đặt ramekins vào nồi chiên không khí. (Bạn có thể phải chuẩn bị từng chiếc bánh nồi một lần, tùy thuộc vào kích thước của nồi chiên không dầu của bạn; nếu vậy, hãy đặt chiếc bánh nồi đã nấu đầu tiên vào lò nướng ấm trong khi nấu chiếc bánh thứ hai.)
h) Nấu bánh nướng ở nhiệt độ 360°F trong 8 phút cho đến khi có màu vàng nâu. Sử dụng găng tay silicon hoặc miếng đệm nóng cùng với thìa để cẩn thận lấy bánh nướng ra khỏi nồi chiên không khí.

74.Tacos chiên

THÀNH PHẦN:
- 4 bánh bột mì (6 inch)
- 4 lần xịt dầu hạt cải
- 2 chén vụn thịt bò tẩm gia vị thuần chay đông lạnh (chẳng hạn như Beyond Meat Feisty Crumble)
- 1 chén phô mai cheddar không sữa hoặc phô mai Jack cắt nhỏ
- 2 chén rau diếp thái nhỏ
- 1 cốc cà chua thái nhỏ
- 1/2 chén hành tây thái nhỏ

HƯỚNG DẪN:
a) Làm nóng nồi chiên không dầu ở nhiệt độ 360°F trong 3 phút. Đặt giá đỡ taco bằng thép không gỉ vào nồi chiên không khí.
b) Rưới dầu hạt cải lên một mặt bánh ngô. Chèn bánh ngô vào ngăn đựng bánh taco, mặt đã được bôi dầu ra ngoài. Múc 1/2 chén thịt bò vụn vào từng chiếc bánh tortilla. Thêm 1/4 cốc phô mai vào mỗi chiếc bánh tortilla.
c) Nấu ở 360°F trong 8 phút.
d) Dùng kẹp tháo giá đỡ taco ra khỏi nồi chiên không khí. Trang trí mỗi chiếc bánh taco với 1/2 cốc rau diếp, 1/4 cốc cà chua và 2 thìa hành tây.

75. Phô mai nướng dành cho người sành ăn

THÀNH PHẦN:
- 1 quả lê Anjou hoặc lê châu Á nhỏ (hoặc bất kỳ quả lê mềm, mọng nước nào)
- 1 củ Vidalia nhỏ hoặc hành ngọt
- 1/4 thìa cà phê đường
- 1/2 đến 1 muỗng cà phê dầu ô liu nguyên chất hoặc bơ không chứa sữa
- 1/2 chén phô mai kem không sữa
- 4 lát bánh mì bột chua hoặc bánh mì giòn khác
- 2 đến 4 giọt dầu ô liu nguyên chất

HƯỚNG DẪN:

a) Cắt lê theo chiều dọc thành từng lát mỏng. Cắt hành tây thành lát mỏng hình bán nguyệt. Đặt quả lê, hành tây và đường lên một miếng giấy bạc.

b) Rưới dầu lên (hoặc phết bơ lên) quả lê và hành tây. Quấn nhẹ giấy bạc quanh quả lê và hành tây. Đặt túi giấy bạc vào nồi chiên kiểu giỏ khí. Nấu ở nhiệt độ 390°F trong 15 phút.

c) Lấy túi giấy bạc ra khỏi nồi chiên không khí bằng kẹp hoặc thìa, mở giấy bạc để thoát hơi nước và đặt sang một bên.

d) Trải 2 thìa kem phô mai lên 1 lát bánh mì. Dùng kẹp đặt một nửa quả lê đã caramen và hành tây lên trên lớp phô mai kem. Trải thêm 2 thìa kem phô mai lên một lát bánh mì khác. Đặt lát bánh mì này lên trên quả lê và hành tây.

e) Lặp lại quá trình này để làm chiếc bánh sandwich thứ hai. Xịt dầu vào giỏ nồi chiên không khí. Đặt bánh sandwich vào nồi chiên không khí.

f) Rắc thêm dầu lên trên mặt bánh mì. Nấu ở nhiệt độ 390°F trong 5 đến 7 phút, cho đến khi bánh mì có màu vàng nâu.

76.Đậu xanh nướng và bông cải xanh

THÀNH PHẦN:
- 1 (15-ounce) lon đậu xanh, để ráo nước, rửa sạch và vỗ nhẹ cho khô
- 1/2 chén hành tây lát mỏng hình bán nguyệt
- 1 muỗng cà phê dầu hạt cải
- 1 muỗng cà phê nước tương ít natri
- 1 thìa cà phê gừng xay
- 1/2 thìa cà phê tỏi xay
- 1/2 thìa cà phê tiêu đen
- 1/2 muỗng cà phê bột cà ri
- 2 chén bông cải xanh
- 1 muỗng canh hạt mè, để phục vụ

HƯỚNG DẪN:
a) Kết hợp đậu xanh, hành tây, dầu và nước tương vào tô lớn. Thêm gừng, tỏi nghiền, hạt tiêu và bột cà ri rồi đảo đều cho đến khi tất cả đậu xanh được phủ đều.
b) Dùng thìa có rãnh chuyển đậu xanh vào giỏ nồi chiên không dầu (để dự trữ dầu và nước xốt đậu nành). Nấu ở 390°F trong 7 phút, lắc trong 5 phút.
c) Trong một tô lớn, trộn bông cải xanh với nước xốt còn sót lại.
d) Chuyển sang nồi chiên không dầu sau khi đậu xanh và hành tây đã chín được 7 phút. Nhẹ nhàng trộn bông cải xanh với đậu xanh và hành tây.
e) Tiếp tục nấu ở nhiệt độ 390°F trong 5 phút nữa, lắc nửa thời gian nấu cho đến khi bông cải xanh mềm nhưng vẫn giữ được độ giòn nhẹ.
f) Rắc 1/2 muỗng canh hạt vừng lên mỗi khẩu phần.

77.Món Fajitas Seitan

THÀNH PHẦN:

- 8 ounce Seitan kiểu Chick'n nướng, cắt thành dải dày 1/2 inch hoặc dải seitan mua ở cửa hàng
- 1 quả ớt chuông đỏ lớn, cắt thành dải dày 1/4 inch
- 1 quả ớt chuông xanh lớn, cắt thành dải dày 1/4 inch
- 1 củ hành vừa, cắt thành lát hình bán nguyệt dày 1/4 inch
- 3 tép tỏi, thái nhỏ
- 1 muỗng cà phê dầu hạt cải
- 1/2 thìa cà phê ớt bột
- 1/2 thìa cà phê thì là xay
- 1/2 thìa cà phê ớt bột
- 1/4 thìa cà phê muối biển
- 1/4 thìa cà phê tiêu đen
- 4 bánh bột mì (12 inch)

HƯỚNG DẪN:

a) Đặt các lát mì căn vào tô lớn (nếu dùng mì căn đóng gói, hãy để ráo nước trước khi cho vào tô).
b) Cho ớt chuông đỏ, ớt chuông xanh, hành tây và tỏi vào tô cùng với mì căn.
c) Rưới dầu lên mì căn và rau rồi dùng kẹp trộn đều. Thêm bột ớt, thì là, ớt bột, muối và hạt tiêu vào, trộn đều.
d) Chuyển hỗn hợp vào giỏ nồi chiên không khí. Nấu ở nhiệt độ 370°F trong 10 đến 12 phút, lắc nửa chừng trong thời gian nấu.
e) Làm ấm bánh ngô trong lò nướng hoặc lò vi sóng.
f) Tập hợp các món fajitas bằng cách đặt 1/4 số mì căn và rau vào mỗi chiếc bánh tortilla.

78.Salad Taco

THÀNH PHẦN:
- 4 bánh bột mì (8 inch)
- 8 ounce Seitan kiểu Chick'n nướng hoặc seitan mua ở cửa hàng, cắt nhỏ
- 1 lon đậu pinto (15 ounce), để ráo nước và rửa sạch
- 3/4 cốc sốt salsa
- 1/2 chén hành tây thái nhỏ
- 1 chén phô mai cheddar không sữa cắt nhỏ
- 2 chén rau diếp thái nhỏ
- 1 cốc cà chua thái nhỏ

HƯỚNG DẪN:
a) Nhấn bánh vào khuôn vỏ. Để qua một bên.
b) Đặt seitan vào tô vừa. Thêm đậu, salsa và hành tây. Kết hợp tốt.
c) Chia hỗn hợp seitan giữa các bánh tortilla. Có thể bạn sẽ chỉ có thể làm 2 món salad taco cùng một lúc bằng nồi chiên không dầu lớn và 1 món bằng nồi chiên không khí nhỏ. Bật lò nướng để hâm nóng từng món salad taco khi lấy ra khỏi nồi chiên không khí.
d) Đặt càng nhiều vỏ bánh tortilla vào nồi chiên không khí càng tốt. Nấu ở 360°F trong 5 phút.
e) Thêm 1/2 cốc phô mai vào mỗi chiếc bánh tortilla. Nấu ở nhiệt độ 360°F lâu hơn 2 phút. Chuyển bát bánh tortilla đã nấu chín vào lò nướng để hâm nóng trong khi nấu mẻ tiếp theo.
f) Khi tất cả các tô bánh tortilla đã chín, hãy nhẹ nhàng dùng kẹp để trượt chúng từ khuôn vỏ bánh tortilla sang đĩa phục vụ. Thêm 1 cốc rau diếp thái nhỏ và 1/2 cốc cà chua vào mỗi món salad taco.

79.cơm chiên tempeh

THÀNH PHẦN:
- 8 ounce tempeh
- 1/2 chén nấm hương thái nhỏ
- 1/2 chén cộng với 1 muỗng canh nước tương ít natri, chia
- 2 muỗng canh si-rô phong
- 1 muỗng cà phê dầu ô liu nguyên chất
- 2 tép tỏi, băm nhỏ
- 1/2 cốc nước đá lạnh
- 2 muỗng canh Theo trái tim của bạn VeganTrứng
- 1/4 thìa cà phê muối đen
- 1 1/2 chén gạo lứt nấu chín
- 2 muỗng canh men dinh dưỡng
- 1 chén giá đỗ
- 1 chén bắp cải thái nhỏ
- 1 thìa cà phê tương ớt

HƯỚNG DẪN:
a) Hấp tempeh trong 10 phút trong nồi cỡ vừa trên bếp (hoặc hấp trong 1 phút ở áp suất thấp trong Nồi ăn liền hoặc nồi áp suất; sử dụng chế độ xả nhanh). Cắt tempeh thành 12 miếng và chuyển vào đĩa nông. Thêm nấm.
b) Trong một bát nhỏ, trộn đều 1/2 chén nước tương, xirô phong, dầu và tỏi. Đổ nước xốt lên tempeh và nấm. Đậy đĩa bằng giấy bạc và để sang một bên để ướp trong ít nhất 30 phút (hoặc qua đêm).
c) Làm nóng trước nồi chiên không dầu ở nhiệt độ 390°F trong 5 phút. Cho nước, Trứng chay và muối đen vào máy xay sinh tố. Chuyển tempeh đã ướp và nấm vào chảo chiên không dầu chống dính hoặc chảo nướng vừa với nồi chiên không khí của bạn. Thêm cơm đã nấu vào chảo.
d) Đổ hỗn hợp VeganEgg lên cơm. Thêm men dinh dưỡng, giá đỗ, bắp cải, 1 thìa nước tương còn lại và tương ớt.
e) Trộn đều và vỗ nhẹ cơm xuống. Nấu ở nhiệt độ 390°F trong 10 phút, dùng kẹp đảo hỗn hợp gạo trong nửa thời gian nấu.

80. Chả giò kim chi đậu nành

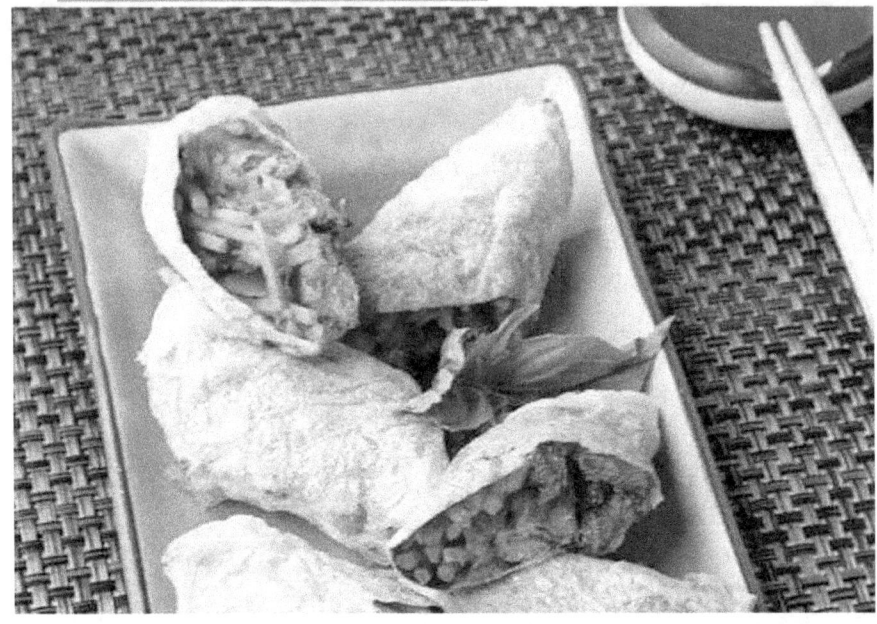

THÀNH PHẦN:
- 1 cốc khoai tây chiên giòn hoặc thịt gà đông lạnh thuần chay
- 1 củ cà rốt nhỏ
- 4 lá húng quế tươi
- 1/2 chén kim chi thuần chay tự làm hoặc mua ở cửa hàng
- 4 tờ bánh tráng (6 đến 8 1/2 inch)
- 2 đến 3 giọt dầu hạt cải

HƯỚNG DẪN:

a) Chuẩn bị khoai tây chiên đậu nành. Nếu bạn đang sử dụng miếng thịt gà thuần chay, hãy rã đông chúng và cắt chúng làm đôi theo chiều dọc.

b) Cắt cà rốt thành que diêm và chia que diêm thành 4 phần.

c) Nhúng 1 tờ bánh tráng vào nước ấm trong 5 giây hoặc cho đến khi ẩm. Đặt bánh tráng ẩm lên bề mặt làm việc và để yên trong 30 giây hoặc cho đến khi mềm dẻo. Đặt 1 lá húng quế lên trên bánh tráng. Thêm 1/4 số que diêm cà rốt, 2 thìa kim chi và 1/4 cốc khoai tây chiên giòn đậu nành.

d) Cuộn bánh tráng bằng cách kéo mép ra khỏi thớt. Cuộn phần nhân lại trong khi gom lại và nhét phần nhân vào bên dưới lớp giấy gói, lăn cho đến hết phần giấy. Lặp lại quá trình này cho đến khi bạn tạo được 4 chiếc chả giò.

e) Xịt 1 đến 2 giọt dầu hạt cải lên giỏ nồi chiên không khí. Đặt chả giò vào giỏ nồi chiên không khí và rắc 1 đến 2 giọt dầu còn lại lên trên cuộn chả. Nấu ở nhiệt độ 400°F trong 6 phút, lắc nửa thời gian nấu.

81. Lasagna soong

THÀNH PHẦN:
- 1 quả bí xanh nhỏ
- 1 quả bí vàng nhỏ
- 1 củ hành vừa
- 1 quả ớt chuông đỏ lớn
- 5 ounce phô mai mozzarella kiểu trâu không sữa
- 1/4 chén ô liu đen ngâm dầu cắt lát
- 1 muỗng cà phê húng quế khô
- 1 thìa cà phê muối biển
- 1/2 thìa cà phê lá oregano khô
- 1/4 muỗng cà phê ớt đỏ
- 1/4 thìa cà phê tiêu đen xay
- 1 (15 ounce) lon nước sốt cà chua
- 1/4 chén phô mai Parmesan không sữa cắt nhỏ

HƯỚNG DẪN:

a) Cắt bí xanh và bí vàng theo chiều dọc thành dải dày 1/8 đến 1/4 inch. Chia cả hai thành hai phần.

b) Cắt hành tây thành lát hình bán nguyệt. Chia các lát thành ba phần. Cắt ớt chuông theo chiều dọc thành dải 1/2 inch. Chia các dải thành ba phần.

c) Cắt mozzarella thành khối 1/4 inch. Chuyển các khối vào một cái bát nhỏ và thêm ô liu, húng quế, muối, lá oregano, ớt đỏ và hạt tiêu. Trộn đều và chia hỗn hợp thành ba phần.

d) Làm nóng nồi chiên không dầu ở nhiệt độ 360°F trong 5 phút. Trải 1/2 chén nước sốt cà chua vào đáy chảo nướng 6 đến 7 inch. Xếp từng phần bí xanh, bí, hành tây và hạt tiêu lên trên nước sốt cà chua. Thêm một phần ba hỗn hợp mozzarella đầu tiên. Lặp lại quá trình này cho 2 lớp nữa. Rắc lớp trên cùng với Parmesan.

e) Đậy khay nướng bằng giấy bạc, chuyển vào nồi chiên không dầu và nấu ở nhiệt độ 360°F trong 15 phút. Mở nắp và nấu thêm 10 phút nữa.

82. Khoai tây, mầm và đậu nành

THÀNH PHẦN:
- 1 củ khoai tây màu nâu đỏ lớn, cắt thành khối 1/2 inch
- 1 1/2 muỗng cà phê dầu canola, chia
- 1/2 muỗng cà phê muối biển
- 1/4 thìa cà phê tiêu đen
- 2 chén đậu nành khô
- 2 cốc nước ấm
- 16 ounce cải Brussels, cắt nhỏ và cắt đôi theo chiều dọc
- 1 muỗng cà phê giấm balsamic
- 1 1/2 muỗng cà phê hạt nước dùng thịt bò thuần chay
- 1 thìa cà phê thì là xay
- 1 thìa cà phê ớt bột
- 1 thìa cà phê thì là khô
- 1 thìa bột đậu xanh
- 1 muỗng canh bột bắp

HƯỚNG DẪN:

a) Trộn khoai tây với 1/2 thìa cà phê dầu, muối và tiêu rồi cho vào nồi chiên không khí. Nấu ở 400°F trong 10 phút. Trong một bát vừa, bù nước cho các lọn tóc đậu nành trong nước ấm trong 10 phút. Trong một bát vừa, trộn cải Brussels với 1/2 thìa cà phê dầu hạt cải và giấm.

b) Khi nồi chiên không khí phát ra tiếng bíp sau 10 phút, hãy chuyển cải Brussels vào nồi chiên không khí cùng với khoai tây. Lắc và nấu ở 400°F trong 3 phút.

c) Xả các lọn đậu nành, chuyển chúng trở lại tô và trộn với các hạt nước dùng, thì là, bột ớt, thì là, bột đậu xanh, bột ngô và 1/2 muỗng cà phê dầu hạt cải còn lại.

d) Khi nồi chiên không dầu phát ra tiếng bíp sau 3 phút, hãy chuyển những miếng đậu nành đã phủ bột đậu nành vào giỏ cùng với khoai tây và cải Brussels.

e) Lắc và đặt hẹn giờ trong 15 phút. Lắc cứ sau 5 phút.

83. Calzone

THÀNH PHẦN:
- 4 ounce bột bánh pizza làm sẵn hoặc bột bánh pizza thuần chay mua ở cửa hàng
- 1/4 chén phô mai mozzarella không sữa cắt nhỏ
- 1/4 chén nấm thái lát
- 1/4 chén hành tây thái lát
- 2 ounce vụn mì căn kiểu Ý thuần chay hoặc pepperoni thuần chay
- 1/4 chén nước sốt pizza
- 1/2 thìa cà phê lá oregano khô
- 1/2 muỗng cà phê húng quế khô
- 1/2 chén lá rau bina non đóng gói lỏng lẻo
- 2 đến 3 giọt dầu ô liu nguyên chất hoặc dầu hạt cải

HƯỚNG DẪN:
a) Để bột bánh pizza ở nhiệt độ phòng. Dùng tay ấn hoặc cán bột khoảng 10 inch.
b) Nếu sử dụng vỉ nướng, hãy đặt nó vào bên trong nồi chiên không khí. Làm nóng nồi chiên không dầu ở nhiệt độ 390°F.
c) Xếp các lớp lên một nửa khối bột đã cán. Bắt đầu với phô mai, sau đó thêm nấm, hành tây, vụn mì căn, sốt pizza, lá oregano, húng quế và rau bina. Lật nửa bột còn lại lên trên phần nhân. Uốn các cạnh bằng cách kéo lớp bột dưới cùng lên trên lớp trên.
d) Cắt ba lát nhỏ ở phần trên cùng của bột để thoát hơi. Xịt dầu vào vỉ nướng hoặc giỏ nồi chiên không khí. Sử dụng thìa lớn để chuyển calzone vào giỏ nồi chiên không khí. Rắc thêm dầu lên trên cùng của bánh cuộn Calzone.
e) Nấu ở nhiệt độ 390°F trong 7 đến 8 phút, cho đến khi lớp vỏ có màu nâu vàng. Trượt bánh Calzone lên thớt hoặc đĩa phục vụ. Cắt thành 2 miếng và phục vụ.

84. Sushi cuộn chiên

THÀNH PHẦN:
- 4 (6 đến 8 1/2-inch) tờ bánh tráng
- 4 tờ (8 x 7 inch) rong biển nori
- 1/4 chén cơm sushi nấu chín ở nhiệt độ phòng
- 1/4 cốc đậu nành đã rã đông
- 1 chén ớt chuông đỏ, cà rốt và jicama thái lát mỏng
- 1 đến 2 giọt dầu bơ hoặc dầu ô liu nguyên chất

HƯỚNG DẪN:
a) Nhúng 1 tờ bánh tráng vào nước ấm khoảng 5 giây hoặc cho đến khi còn ấm. Đặt bánh tráng ấm lên bề mặt làm việc và để yên trong 30 giây hoặc cho đến khi mềm dẻo.

b) Đặt 1 tấm nori lên trên bánh tráng ướt. Múc 1 thìa cơm sushi lên tấm nori, tạo thành một đường thẳng với cơm. Múc 1 thìa đậu nành lên tấm nori bên cạnh cơm, tạo thành một đường khác. Cho 1/4 cốc hỗn hợp rau thái lát cùng với cơm và đậu nành Nhật Bản.

c) Cuộn bánh tráng bằng cách kéo mép ra khỏi thớt. Cuộn phần nhân trong khi gom lại và nhét tấm nori rồi nhân vào dưới lớp bánh tráng, lăn cho đến khi hết phần giấy. Lặp lại quá trình này cho đến khi bạn tạo được 4 cuộn.

d) Đặt các cuộn vào giỏ nồi chiên không khí. Rưới dầu lên các cuộn bánh. Nấu ở nhiệt độ 390°F trong 5 phút, lắc nửa thời gian nấu.

MÓN ĂN PHỤ

85.Súp lơ sấy Air F

THÀNH PHẦN:
- 3/4 muỗng canh nước sốt nóng
- 1 muỗng canh dầu bơ
- Muối để nếm
- 1 đầu súp lơ vừa cắt thành từng miếng rửa sạch và vỗ nhẹ cho khô

HƯỚNG DẪN:
a) Làm nóng nồi chiên không dầu ở nhiệt độ 400F / 200C
b) Trộn nước sốt nóng, bột hạnh nhân, dầu bơ và muối vào tô lớn.
c) Thêm súp lơ và trộn cho đến khi phủ đều.
d) Thêm một nửa súp lơ vào nồi chiên không khí và chiên trong 1215 phút (hoặc cho đến khi giòn ở các cạnh với một chút vết cắn hoặc nó đạt độ chín mà bạn mong muốn).
e) Đảm bảo mở nồi chiên không khí và lắc giỏ chiên 23 lần để lật súp lơ. Loại bỏ và đặt sang một bên.
f) Thêm mẻ thứ hai vào nhưng nấu ít hơn 23 phút.
g) Ăn nóng (mặc dù cũng có thể dùng lạnh) với một ít nước sốt nóng để chấm.

86.khoai tây chiên jicama

THÀNH PHẦN:
- 8 cốc củ đậu, gọt vỏ, thái thành que diêm mỏng
- 2 muỗng canh dầu ô liu
- 1/2 muỗng cà phê bột tỏi
- 1 thìa cà phê thì là
- 1 muỗng cà phê muối biển
- 1/4 thìa cà phê Tiêu đen

HƯỚNG DẪN:

a) Đun sôi một nồi nước lớn trên bếp. Thêm khoai tây chiên jicama và đun sôi trong 12 đến 15 phút cho đến khi không còn giòn.

b) Khi củ đậu không còn giòn nữa thì vớt ra và thấm khô.

c) Đặt lò nướng của nồi chiên không dầu ở nhiệt độ 400 độ và để nóng trước từ 2 đến 3 phút. Bôi mỡ vào giá hoặc giỏ nồi chiên không khí mà bạn sẽ sử dụng.

d) Cho khoai tây chiên vào tô lớn cùng với dầu ô liu, bột tỏi, thì là và muối biển. Quẳng vào áo khoác.

87. Kabob rau củ

THÀNH PHẦN:
- 1 cốc (75g) nấm nút
- 1 cốc (200g) cà chua nho
- 1 quả bí xanh cắt thành khối nhỏ
- 1/2 thìa cà phê thì là xay
- 1/2 quả ớt chuông thái lát
- 1 củ hành tây nhỏ cắt thành khối (hoặc 34 củ hẹ nhỏ, cắt đôi)
- Muối để nếm

HƯỚNG DẪN:
a) Ngâm xiên trong nước ít nhất 10 phút trước khi sử dụng.
b) Làm nóng nồi chiên không dầu ở nhiệt độ 390F / 198C.
c) Xiên rau củ vào xiên.
d) Đặt xiên vào nồi chiên không dầu và đảm bảo chúng không chạm vào nhau. Nếu giỏ nồi chiên không khí nhỏ, bạn có thể phải cắt các đầu xiên cho vừa.
e) Nấu trong 10 phút, lật nửa thời gian nấu. Vì nhiệt độ nồi chiên không dầu có thể thay đổi nên hãy bắt đầu với thời gian ít hơn và sau đó tăng thêm thời gian nếu cần.
f) Chuyển món kabob chay vào đĩa và phục vụ.

88. mì spaghetti bí

THÀNH PHẦN:
- 1 (2 lbs.) bí spaghetti
- 1 ly nước
- Rau mùi để phục vụ
- 2 muỗng canh rau mùi tươi để trang trí

HƯỚNG DẪN:

a) Cắt bí làm đôi. Loại bỏ hạt khỏi trung tâm của chúng.

b) Đổ một cốc nước vào phần chèn của Instant Pot và đặt bộ ba vào trong.

c) Xếp hai nửa quả bí lên trên chiếc kiệu, với mặt da hướng xuống dưới.

d) Đậy nắp và chọn "Thủ công" với áp suất cao trong 20 phút.

e) Sau tiếng bíp, thực hiện nhả tự nhiên và tháo nắp.

f) Lấy bí ra và dùng hai chiếc nĩa để xé nhỏ từ bên trong.

g) Ăn kèm với thịt heo cay nếu cần.

89. Salad Quinoa dưa chuột

THÀNH PHẦN:
- ½ cốc quinoa, rửa sạch
- ¾ cốc nước
- ¼ thìa cà phê muối
- ½ củ cà rốt, gọt vỏ và thái sợi
- ½ quả dưa chuột, xắt nhỏ
- ½ cốc đậu edamame đông lạnh, rã đông
- 3 củ hành xanh, xắt nhỏ
- 1 chén bắp cải đỏ thái nhỏ
- ½ muỗng canh nước tương
- 1 muỗng canh nước cốt chanh
- 2 thìa đường
- 1 muỗng canh dầu thực vật
- 1 muỗng canh gừng tươi xay
- 1 muỗng canh dầu mè
- một nhúm ớt đỏ
- ½ chén đậu phộng, xắt nhỏ
- ¼ chén rau mùi mới cắt nhỏ
- 2 muỗng canh húng quế xắt nhỏ

HƯỚNG DẪN:
a) Thêm quinoa, muối và nước vào Instant Pot.
b) Đậy nắp và chọn chức năng "Thủ công" với áp suất cao trong 1 phút.
c) Sau tiếng bíp, hãy nhả nhanh và tháo nắp.
d) Trong khi đó, thêm các thành phần còn lại vào tô và trộn đều.
e) Thêm quinoa đã nấu chín vào hỗn hợp đã chuẩn bị và trộn đều.
f) Dùng như món salad.

90.Khoai tây chanh

THÀNH PHẦN:
- ½ muỗng canh dầu ô liu
- 2 ½ khoai tây vừa, chà và cắt khối
- 1 muỗng canh hương thảo tươi, xắt nhỏ
- Tiêu đen mới xay để nếm thử
- ½ chén nước luộc rau
- 1 thìa nước cốt chanh tươi

HƯỚNG DẪN:

a) Cho dầu, khoai tây, hạt tiêu và hương thảo vào Instant Pot.
b) "Xào" trong 4 phút và khuấy liên tục.
c) Thêm tất cả nguyên liệu còn lại vào Instant Pot.
d) Đậy nắp và chọn chức năng "Thủ công" trong 6 phút bằng áp suất cao.
e) Thực hiện nhả nhanh sau tiếng bíp rồi tháo nắp.
f) Khuấy nhẹ và dùng nóng.

91. Cà tím kiểu châu Á

THÀNH PHẦN:
- 1 pound cà tím, thái lát
- 2 muỗng canh nước tương không đường
- 6 muỗng canh dầu mè
- 1 muỗng canh hạt vừng để phục vụ
- Muối và hạt tiêu cho vừa ăn

HƯỚNG DẪN:
a) Air Fasher của bạn ở nhiệt độ 185 độ F
b) Đặt tất cả nguyên liệu vào túi chân không.
c) Đậy kín túi, cho vào nồi cách thủy và đặt hẹn giờ trong 50 phút.
d) Khi hết thời gian, cho cà tím vào chảo gang chiên vàng trong vài phút.
e) Ăn ngay rắc hạt vừng.

92. Đậu xanh kiểu Trung Quốc cay

THÀNH PHẦN:
- 1 pound đậu xanh dài
- 2 thìa tương ớt
- 2 tép tỏi, băm nhỏ
- 1 muỗng canh bột hành
- 1 muỗng canh dầu mè
- Muối để nếm
- 2 muỗng canh hạt vừng để phục vụ

HƯỚNG DẪN:
a) Air Fasher của bạn ở nhiệt độ 185 độ F.
b) Đặt nguyên liệu vào túi chân không.
c) Đậy kín túi, cho vào nồi cách thủy và đặt hẹn giờ trong 1 giờ.
d) Rắc đậu với hạt vừng và phục vụ.

93. Hỗn hợp cà tím và bí xanh

THÀNH PHẦN:
- 1 quả cà tím; đại khái là hình khối
- 3 quả bí xanh; đại khái là hình khối
- 2 thìa nước cốt chanh
- 1 thìa cà phê húng tây; khô
- Muối và hạt tiêu đen cho vừa ăn
- 1 thìa cà phê lá oregano; khô
- 3 muỗng canh dầu ô liu

HƯỚNG DẪN:
a) Cho cà tím vào đĩa vừa với nồi chiên không khí của bạn, thêm bí ngòi, nước cốt chanh, muối, tiêu, húng tây, lá oregano và dầu ô liu, trộn đều, cho vào nồi chiên không dầu và nấu ở nhiệt độ 360 ° F trong 8 phút

b) Chia ra các đĩa và phục vụ ngay.

94. Bok Choy luộc

THÀNH PHẦN:
- 1 tép tỏi, đập dập
- 1 bó cải chíp, cắt nhỏ
- 1 cốc nước trở lên
- Muối và hạt tiêu cho vừa ăn

HƯỚNG DẪN:
a) Thêm nước, tỏi và cải chíp vào Instant Pot.
b) Đậy nắp và chọn chức năng "Thủ công" trong 7 phút với áp suất cao.
c) Sau tiếng bíp, hãy nhả nhanh và tháo nắp.
d) Lọc cải thìa đã nấu chín và chuyển vào đĩa.
e) Rắc chút muối và hạt tiêu lên trên.
f) Phục vụ.

MÓN TRÁNG MIỆNG

95.trái cây vụn

THÀNH PHẦN:
- 1 quả táo vừa, thái hạt lựu
- 1/2 cốc quả việt quất, dâu tây hoặc đào đông lạnh
- 1/4 cốc cộng với 1 thìa bột gạo lứt
- 2 thìa đường
- 1/2 muỗng cà phê quế xay
- 2 muỗng canh bơ không sữa

HƯỚNG DẪN:
a) Làm nóng trước nồi chiên không dầu ở nhiệt độ 350°F trong 5 phút.
b) Kết hợp táo và quả việt quất đông lạnh trong chảo nướng hoặc ramekin an toàn với nồi chiên không khí.
c) Trong một bát nhỏ, trộn bột mì, đường, quế và bơ. Đổ hỗn hợp bột lên trái cây.
d) Rắc thêm một ít bột mì lên mọi thứ để che đi phần trái cây lộ ra ngoài.
e) Nấu ở 350°F trong 15 phút.

96.Túi bánh ngọt trái cây

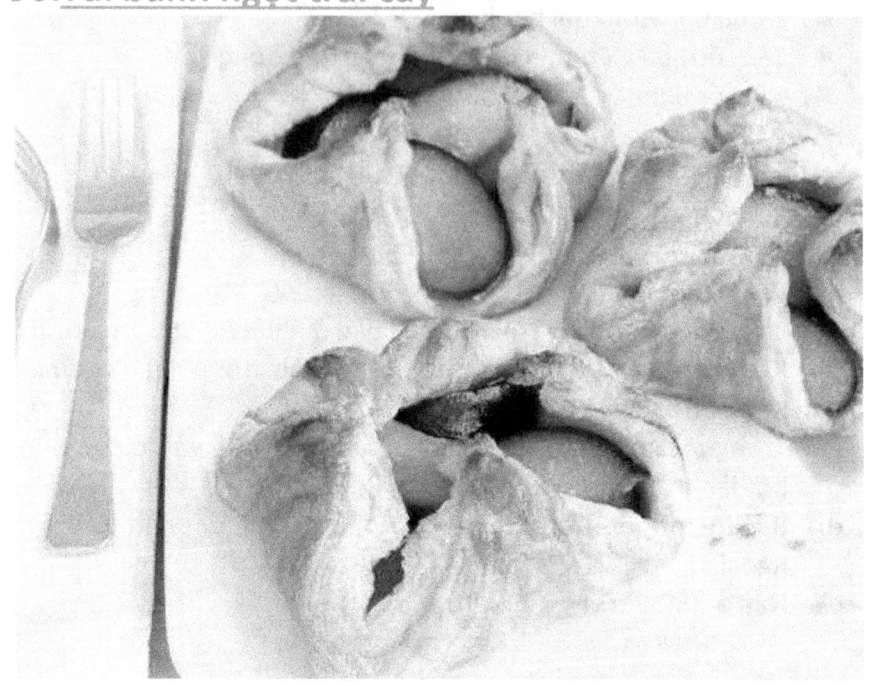

THÀNH PHẦN:
- 4 ounce bột cuộn lưỡi liềm thuần chay
- 1 muỗng canh bột mì đa dụng chưa tẩy trắng
- 6 ounce quả việt quất tươi, dâu tây hoặc quả mâm xôi
- 1/2 thìa cà phê đường cát
- 1/4 muỗng cà phê bạch đậu khấu xay
- 1/4 thìa cà phê gừng xay
- 1 thìa cà phê đường bột

HƯỚNG DẪN:
a) Chia bột cuộn lưỡi liềm thành 4 phần bằng nhau. Rắc bột mì lên bề mặt làm việc và cán các miếng bột thành từng miếng 5 x 5 inch, sử dụng nhiều bột mì hơn nếu cần để tránh bị dính.
b) Trong một bát vừa, kết hợp quả việt quất, đường, bạch đậu khấu và gừng.
c) Làm nóng nồi chiên không dầu ở nhiệt độ 360°F trong 4 phút. Múc khoảng 1/3 cốc hỗn hợp việt quất lên mỗi miếng bột. Gấp từng góc về phía trung tâm.
d) Gia công các cạnh của bột để đảm bảo bột được dính chặt; nó sẽ giống như một cái túi. Nấu ở nhiệt độ 360°F trong 6 đến 7 phút hoặc cho đến khi có màu vàng nâu.
e) Rắc đường bột lên các túi bánh ngọt trước khi dùng.

97. Táo nướng

THÀNH PHẦN:
- 1/2 chén yến mạch cán
- 1 thìa cà phê đường nâu
- 1 muỗng canh bơ không sữa, làm mềm
- 1 muỗng canh hồ đào cắt nhỏ
- 1 muỗng cà phê quế xay
- 4 quả táo Granny Smith lớn hoặc các loại táo nướng khác, bỏ lõi

HƯỚNG DẪN:
a) Làm nóng nồi chiên không dầu ở nhiệt độ 360°F trong 5 phút.
b) Trong một bát nhỏ, trộn yến mạch, đường nâu, bơ, hồ đào và quế.
c) Dùng thìa nhỏ đổ hỗn hợp yến mạch vào táo. Nấu ở 360°F trong 20 đến 25 phút.

98. Topping trái cây và hạt caramen

THÀNH PHẦN:
- 1 thìa cà phê đường
- 1 muỗng cà phê xi-rô agave nhẹ
- 1 muỗng cà phê bơ không sữa
- 1/2 chén quả óc chó cắt nhỏ
- 1/2 chén hồ đào cắt nhỏ
- 1/2 chén mơ khô, anh đào, nam việt quất hoặc nho khô cắt nhỏ
- 1/4 muỗng cà phê quế xay

HƯỚNG DẪN:
a) Kết hợp đường, xi-rô cây thùa và bơ trong chảo nướng an toàn cho nồi chiên không khí.
b) Đun nóng chảo trong nồi chiên không dầu trong 2 phút ở nhiệt độ 360°F. Lấy ra khỏi nồi chiên không khí.
c) Thêm quả óc chó, quả hồ đào, quả mơ và quế. Quẳng vào áo khoác. Đưa chảo trở lại giỏ nồi chiên không khí.
d) Nấu ở 390°F trong 5 phút, khuấy trong 3 phút.

99. Gừng chiên

THÀNH PHẦN:
- 3/4 chén hỗn hợp bánh pancake ăn liền thuần chay
- 2/3 cốc nước
- 1/4 chén bột đậu nành
- 1/8 muỗng cà phê chiết xuất vani
- 1/2 thìa cà phê đường
- 8 chiếc bánh quy bánh sandwich Ginger-O của Newman's Own

HƯỚNG DẪN:

a) Làm nóng trước nồi chiên không dầu ở nhiệt độ 390°F trong 5 phút. Đặt một mảnh giấy da lên giỏ nồi chiên không khí; vừa đủ để che phần dưới và không để lộ phần thừa.

b) Trong một tô lớn, trộn hỗn hợp bánh pancake, nước, bột đậu nành, vani và đường, đánh đều.

c) Nhúng từng chiếc bánh quy vào bột bằng kẹp. Lắc bột thừa và chuyển bánh quy vào giỏ nồi chiên không dầu. Bạn có thể phải thực hiện việc này theo đợt, tùy thuộc vào kích thước nồi chiên không khí của bạn.

d) Nấu ở nhiệt độ 390°F trong 5 phút. Lật bánh lại, loại bỏ giấy da. Nấu thêm 2 đến 3 phút nữa. Bánh chín khi có màu vàng nâu.

100.Bánh táo Taquitos

THÀNH PHẦN:
- 2 đến 3 giọt dầu hạt cải
- 1/4 cốc nhân bánh táo hoặc sốt táo Chunky (phần sau)
- 2 bánh ngô (6 inch)
- 1 muỗng cà phê quế xay, chia

HƯỚNG DẪN:
a) Xịt dầu vào giỏ nồi chiên không khí.
b) Trải 2 thìa nhân bánh lên 1 bánh tortilla. Cuộn bánh tortilla lại và đặt vào giỏ nồi chiên không khí.
c) Lặp lại quá trình này để tạo taquito thứ hai. Rắc thêm dầu lên trên bánh ngô. Rắc 1/2 thìa cà phê quế lên taquitos.
d) Nấu ở nhiệt độ 390°F trong 4 phút. Lật taquitos lại, rắc 1/2 muỗng cà phê quế còn lại lên taquitos và nấu thêm 1 phút nữa.

PHẦN KẾT LUẬN

Khi chúng tôi kết thúc hành trình thú vị của mình thông qua "Sách dạy nấu ăn thuần chay tối ưu bằng nồi chiên không khí", chúng tôi hy vọng bạn đã trải nghiệm được niềm vui khi tạo ra những bữa ăn thuần chay nhanh chóng và dễ dàng, lành mạnh với sự tiện lợi của nồi chiên không dầu của bạn. Mỗi công thức trong các trang này là sự tôn vinh sự tốt lành, hiệu quả từ thực vật và những khả năng thơm ngon mà nồi chiên không dầu mang lại cho nhà bếp của bạn — một minh chứng cho sự thú vị về hương vị và ý thức về sức khỏe khi nấu ăn thuần chay.

Cho dù bạn thích sự đơn giản của rau củ chiên trong không khí, đón nhận sự đổi mới của bánh mì kẹp thịt làm từ thực vật hay thích thú với món tráng miệng chiên không dầu mà không gây cảm giác tội lỗi, chúng tôi tin rằng những công thức này đã khơi dậy niềm đam mê của bạn với ẩm thực thuần chay chiên trong không khí. Ngoài các nguyên liệu và kỹ thuật, mong rằng khái niệm về cuốn sách dạy nấu ăn thuần chay tuyệt đỉnh bằng nồi chiên không dầu sẽ trở thành nguồn cảm hứng, tính hiệu quả và là sự tôn vinh niềm vui đến từ mọi sáng tạo đầy hương vị và bổ dưỡng.

Khi bạn tiếp tục khám phá thế giới nấu ăn thuần chay bằng máy chiên, mong rằng "Sách dạy nấu ăn thuần chay tối ưu" sẽ là người bạn đồng hành đáng tin cậy của bạn, hướng dẫn bạn nhiều công thức nấu ăn thể hiện sự đơn giản và tốt cho sức khỏe của ẩm thực có nguồn gốc thực vật. Đây là cách thưởng thức những bữa ăn thuần chay lành mạnh, nhanh chóng và dễ dàng, tạo ra những kiệt tác ẩm thực và tận hưởng hương vị thơm ngon đi kèm với mọi món chiên giòn. Chúc ngon miệng!